பிரதிகளுக்குள் பதுங்கியிருக்கும் வன்முறை

இமாம் அத்னான்

பிரதிகளுக்குள் பதுங்கியிருக்கும் வன்முறை ★ இமாம் அத்னான்© ★ கட்டுரைகள் முதல் பதிப்பு: மே 2023 ★ பக்கங்கள்: 156 ★
மறுத்தோடி பதிப்பகம் ★ 208/3, அரசயடி வீதி, அக்கரைப்பற்று 21, இலங்கை ★
மின்னஞ்சல்: maatrupirathi@gmail.com ★ தொலைபேசி: 0760776881 ★
அட்டைவடிமைப்பு: லார்க் பாஸ்கரன் ★ லேஅவுட்: பாலாஜி

Pirathikalukkul pathunkiyirukkum vanmurai ★ **Imam Adhnan**© ★
Essay ★ First Editon: May 2023 ★ Pages: 156 ★
Maruthodi Publication ★ No: 208/3, Arasayadi Road, Akkaraipattu21, Sri Lanka ★
Email ID: **maatrupirathi@gmail.com**★ Phone: *9578764322* ★
Wrapper Designed by: **Lark Bhaskaran** ★ Layout Designed by: **Balaji**

ISBN - 978-624-94605-0-8

Rs.200

எனது விமர்சன சிந்திப்பின்
பிரதான திருப்புமுனைகளாக அமைந்த

றியாஸ் குரானா
ஏபிஎம் இத்ரீஸ்
அ.மார்க்ஸ்

மூவருக்கும்

வாசிப்புப் பிரதிகள்

1. விதிவிலக்கின் அரசியல் 07
2. அனார் உருவாக்கும் கவிதை சொல்லிகள்: 'நானொரு பொம்புளப் புள்ள' 12
3. கருணைப் பம்மாத்து 18
4. கவிதை நிலைப்பாட்டின் சிக்கல் 22
5. மீ-உயர் அதிகாரம் பொருந்திய கவிதை சொல்லிகள் 28
6. நவீன கவிஞர்களுடன் செய்ய வேண்டிய இயற்கை-ஒப்பந்தம் 31
7. ஜெமீலின் குழந்தைக் கவிதை கொண்டிருக்கும் குளறுபடிகள் 39
8. பிரம்மராஜனின் பிரதியொன்றை இடையீடுசெய்து நகர்தல் 45
9. ஆகச் சிறந்த ஈழக்கவிதை கொண்டிருக்கும் பித்தலாட்டம் 49
10. நவீன கவிதைகளைப் பீடித்திருக்கும் துயர மனநோய் 54
11. பிரதிமீதான இடையீட்டு வாசிப்பு 58
12. கொஞ்சம் கழுவலும் பின்பொரு வாசிப்பும் 67
13. ஞானக்கூத்தனின் பிரதியொன்றுடன் இடைவினை புரிதல் 70
14. சுய-மய்யப்படுத்தலின் விபரீதம் 79
15. மௌனமாக்கப்படும் முன்னிலை 83
16. பக்கப்பார்வையில் கசடாகப் படியவைக்கப்படும் சுயம் 90
17. உண்மையான சுயம் எனக் கதையாடுவதில் உள்ள சிக்கல் 94
18. போகன் சங்கரின் 'இனிப்பு விரும்பியின் குளறுபடிகள்' 98
19. புரிந்துகொள்ளலின் வன்முறை 101
20. 90களுக்குப் பிறகு பிரசித்தம் பெற்ற நவீன கவிதையை ஒழுங்கவிழ்த்தல் 105
21. ஃபஷ்ரியின் புனைவும் அதன் மீதொரு வாசிப்பும் 114
22. கவிதைக்கு பதில்களைச் சொல்லிப் பார்த்தல் 117
23. காதல் டும்டும்கள் 121
24. கோமாளித்தனம் என்பது மற்றமைகள் மீதான வன்முறை 129
25. அறிதல் செயன்முறை கொண்டிருக்கும் சிக்கலை அணுகுதல் 133
26. உவமை, உருவகங்களைத் தொந்தரவு செய்தல் 137
27. நவீனம் கடந்த கவிதை குறித்து ரஸாக்கிற்கு வந்த சந்தேகமும் சில பாலபாடங்களும் 145
28. மீட்பர் ஜிஃப்ரி காவிவந்த கவிதை சுவிஸேசங்கள் 151

01
விதிவிலக்கின் அரசியல்

சமூகப்பரப்பில் இயல்பென நிறுவப்பட்டிருக்கும் விசயங்கள் அல்லது இயல்பேறடைந்துள்ள விசயங்கள், அதன் பாட்டில் இருந்து விடுவதில்லை. அவைகள் தங்களை, பின்பற்ற வேண்டிய இயற்கையாய் அமைந்த அடிப்படைகளாக கதையாடிக் கொண்டிருக்கும். அவைகள் தங்களை விட்டும் வித்தியாசப் பட்டிருப்பவைகளை புறமொதுக்கி விளிம்புக்குத் தள்ளிவிடுவதில் கவனமாக இருக்கும். உதாரணத்திற்கு: 'காதல் என்பது ஒரு ஆணும் பெண்ணும் இணைந்து செய்வது' எனும் விசயத்தை எடுத்துக் கொள்வோம். இது நம் சமூகப் பரப்பில் இயல்பேறடைந்துள்ள ஒன்று. இது தன் மறைவில் ஒரு ஆணும் பெண்ணும் மட்டுமே இணைந்து காதல் செய்யவேண்டும் எனும் அழுத்தத்தை ஓயாது செலுத்திக் கொண்டிருக்கும். அதனால் தான் ஆணும்ஆணும் இணைந்து செய்யும் காதலை ஏற்றுக்கொள்ள மறுக்கும் மனோநிலை அதிகம் உருவாகிவிட்டிருக்கிறது. அது ஒரு கூடாத செயல், இயற்கைக்கு எதிரானது என கதைகளையும் கட்டிவிடுகிறது.

எனவேதான் சமூகப்பரப்பில் இயல்பேறடைந்துள்ள சிக்கலான நிலைப்பாடுகளை கலைக்கவும், அந்த நிலைப்பாடுகளை பிரதிகளுக்குள் மீள் கட்டமைப்புச் செய்து உறுதிப்படுத்தும் செயல்களை, விசயங்களை இடையீடு செய்யதுகாட்டவும் அக்கறை கொள்கிறோம்.

பொது இயல்புகளாக நிறுவப்பட்டிருக்கும் விசயங்களில் இருந்து மாறுபட்டும் அவைகளுக்கு எதிரான குரல்களைப் பதிவு செய்வதாகவும் காட்டிக் கொள்ளும் பல பிரதிகளை நீங்களும் வாசித்திருக்கக் கூடும். அப்படியான பிரதிகள் அனைத்துமே வித்தியாசங்கள் கொண்டவைகளை மற்றொரு தன்னிலைகளாக; இயல்பான இன்னொன்றாக treat பண்ண வேண்டும் என்பதை

அக்கறை கொண்டு வடிவமைக்கப்பட்டவைகளாக இருப்பதில்லை. அப்படியான சில பிரதிகள் வித்தியாசங்களை அக்கறை கொள்வதற்குப் பதிலாக சமூகப்பரப்பில் இயல்பேறடைந்துள்ள நிலைப்பாடுகளை மீள்கட்டமைப்புச் செய்து காட்டுவதாக; உறுதிப்படுத்துவதாகவே அமைந்தும் விடுகிறது. இப்பிரதியை வாசித்துப் பாருங்கள்.

சமனிலி

புதிய சிகரட் ஒன்றை
மனைவியின் வாய் கவ்விக்கொண்ட சப்தம்
முன்னறையிலிருந்து
துள்ளி வந்து அவனைத் தொட்டதும்
சமையலறையில் இருந்தவாறே
தீப்பெட்டியுடன்
அவள் வரை நீளும்
அவன் கரமொன்று.
அவன் உங்கள் கணக்குகளின்
சமன்பாடுகளுக்குள் அடங்க மறுத்து
திமிறி நிற்கிறான்.

-இமாம் அத்னான்

இப்பிரதியில் வைக்கப்பட்டிருக்கும் கவிதை சொல்லி, ஒரு வீட்டிலுள்ள கணவன் மனைவியை அவதானிக்கிறார். கணவன் சமையலறையில் சமைத்துக் கொண்டிருக்கிறான். மனைவி முன்னறையில் சிகரட் ஒன்றைப் பற்றவைத்துக் கொள்ள முனைகிறாள். அவள் பற்றவைத்துக் கொள்ள தீப்பெட்டியை அவளது கணவனே கொண்டு வந்து கொடுக்கிறார்.

இதனை அவதானிக்கும் கவிதை சொல்லி ஆச்சரியப்படுகிறார். பொதுவாக சமையலறைக்குள் மனைவிதானே இருப்பார். இங்கே கணவன் இருக்கிறாரே..! பொதுவாகப் பெண்கள் சிகரட் குடிக்க மாட்டார்கள். அதை ஆண்களும் விரும்பமாட்டார்கள். ஆனால் இங்கே அவள் சிகரட்டை பற்றவைக்க கணவனே தீப்பெட்டியைக் கொண்டு வந்து கொடுக்கிறானே..! என வியப்படைகிறார். இந்த வியப்பினையே பிரதியின் இறுதிப்பகுதியில் வெளிப்படுத்துகிறார்: நீங்கள் நினைப்பதைப் போல் அவன் சாதரணமான ஒரு ஆண் அல்ல என்கிறார். நீங்கள் வைத்திருக்கும் பொதுச் சமன்பாட்டு சட்டகத்திலிருந்து வெளியாகி நிற்கிறான்..! அவன் ஆண்களின் இயல்பான நிலைப்பாடுகளிலிருந்து விலகி நிற்கிறான்..! என வியப்பை கவிதைசொல்லி வெளிப்படுத்துகிறார்.

இந்த வகை 'வியப்பை வெளிப்படுத்தலில்' ஒரு சிக்கல் உண்டு. இப்படியானவர்களும் இருக்கிறார்களே..! எனும் ஆச்சரியத்தை மாத்திரம் அவரது வெளிப்படுத்தல் சொல்லவில்லை. இப்படி இருப்பது இயல்பான விடயம் அல்ல. மனைவி சமைப்பதும் சிகரட் புகைக்காமல் இருப்பதும் தான் இயல்பு. எதார்த்தம். என்பதையும் வலியுறுத்தி வெளிப்படுத்துகிறது. அதாவது, இதுதான் எதார்த்தம், இயல்பு என உறுதியாக நம்பினால் தான் அதிலிருந்து வித்தியாசப்பட்டு நிற்கும் ஒன்றை ஆச்சரியமாகப் பார்க்கவும் வெளிப்படுத்தவும் முடியும். இல்லையா?

இவன் உங்களின் கணக்குகளின் சமன்பாட்டுக்குள் அடங்க மறுப்பவன் என வியப்பதில் உறுதியாக இணைந்திருக்கும் விசயம் என்னெவென்றால், பொதுவாக ஆண்கள் இந்த சமன்பாட்டிற்குள் அடங்கிவிடுவார்கள் என்பதுதான். அதுவே இயல்பு என்பதைத்தான். இந்த ஆச்சரியம் இவன் மட்டும் விதிவிலக்காக உள்ளானே என்பதை வெளிப்படுத்துவது தான்.

விதிவிலக்கு என்பது எப்பொழுதும் இலகுவில் மீறப்பட முடியாத அல்லது மீறிவிடக் கூடாத விதிகள் உண்டு என்பதைத்தான் வலியுறுத்தும். விதிவிலக்கு என்பது விதிதான் கட்டாயம் நிகழ்ந்திருக்க வேண்டும் எனும் நிலைப்பாட்டை வலியுறுத்தும் வேலையைத்தான் செய்கிறது. இங்கு விதிகள் இயல்பானதாகவும் விதிவிலக்குகள் இயல்பற்ற அசாத்தியமான ஒன்றெனும் அர்த்தங்களையே வெளிப்படுத்துகிறது.

அதனால் தான் கவிதை சொல்லியால், பிரதியில் இருக்கும் கணவனின் செயற்பாடுகளை இயல்பாகப் பார்க்க முடியாமல் போகிறது. அவனது செயற்பாடுகளை விலக்காகப் பார்க்கும் கவிதை சொல்லி, மனைவி சமைப்பதையும் புகைக்காதிருப்பதையும், கணவன் சமைக்காதிருப்பதையுமே மறைவில் விதியாக நிகழவேண்டியவை என வலியுறுத்துவதை அவதானிக்கலாம்.

இது போன்ற பிரதிகள் என்ன செய்கிறது என்றால், ஏலவே இயல்பானதென நிறுவப்பட்டு இயங்கும் விசயங்களை மீளவும் பிரதிக்குள் கட்டமைத்து உறுதிப்படுத்தும் வேலையைத்தான் செய்கிறது. அது வித்தியாசங்களையும் இயல்பாக பார்க்கப்படுவதற்கான வாய்ப்பை மறுதலிக்கிறது. அது இயல்பென பார்க்கப்படும்

விசயங்களும் கட்டமைக்கப்பட்டவைகள் தான்; அவைகளும் மாற்றியமைக்கப்படக் கூடியவைகள்தான் எனும் நிலைப்பட்டிலிருந்து அவைகளை உயர்த்தி வைக்கிறது. ஆக, இப்பிரதி வித்தியாசங்களை இயல்பான இன்னொன்றாக வெளிப்படுத்துவதிலிருந்து விடுபட்டு இயல்பானவைகள் என ஏலவே நிறுவப்பட்டுள்ளவைகளை உறுதிப்படுத்தும் சாய்வு நிலைக்குச் சென்றுவிடுகிறது.

(இப்பிரதியில் இன்னொன்றையும் அவதானிக்கலாம். பிரதியில் வரும் வீட்டிள்ள அந்த ஆண் மட்டுமல்ல அவனது மனைவியும் கூட சமூகப் பரப்பில் இயல்பேறடைந்துள்ள விசயங்களிலிருந்து வித்தியாசப்பட்டிருக்கவே செய்கிறாள். ஆனால், அவளையும் விதிவிலக்காக முன்வைத்து ஆச்சரியப்படுவதை கவிதை சொல்லி தவிர்ந்திருக்கிறாரே. அத்தவிர்த்தலிலும் ஒரு சிக்கல் இருப்பதாகத் தெரிகிறது. உங்களுக்கும் தெரிகிறதா?)

மேலுள்ள பிரதியில் வைக்கப்பட்டிருக்கும் கவிதை சொல்லி, வித்தியாசங்களை விதிவிலக்கான ஆச்சரியங்களாக வெளிப்படுத்தியிராவிட்டால் இப்படியொரு வாசிப்பைச் செய்ய இடம் தந்திருக்காது. இப்படி வித்தியாசங்களை விதிவிலக்கான ஆச்சரியங்களாக வெளிப்படுத்துவதில் இருவகை இருப்பதை அவதானிக்க முடிகிறது. ஒன்று: இப்படிக்கூட இருக்கிறார்களே..! என ஆச்சரியப்படுவது. இரண்டாவது: இப்படி இருக்கக் கூடாதே..! என ஆச்சரியப்படுவது. முதலாவது வகை ஆச்சரியத்தை மேலுள்ள பிரதி செய்வதனை அவதானிக்கலாம். இரண்டாவது வகை ஆச்சரியத்தை கீளுள்ள பிரதியில் அவதானிக்கலாம்.

எப்படியென்று
தெரியவில்லை
தாமரையிலையில்
நரகல்
-கலாப்ரியா

நரகல் என தான் கருதும் ஏதோ ஒன்று தாமரையில் இருப்பதைப் பார்த்து ஆச்சரியப்படுகிறார் கவிதை சொல்லி. பொதுவில் தூய்மையாக இருப்பதுதான் தாமரையின் இயல்பான விசயம் எனும் ஏற்புடன் இருக்கும் கவிதை சொல்லி, தாமரையில் நரகலைப் பார்த்ததும் இது எப்படி வந்திருக்கும்? அப்படி வந்திருக்கக் கூடாதே என குழம்புகிறார். தாமரையின் மீது அவர் 'நரகல்' எனக் கருதும் ஒன்றும் இருக்க முடியும்

எனும் ஏற்புடன் இருப்பவராக இருந்திருந்தால், இப்படி ஆச்சரியத்தில் குழம்பிப் போயிருக்க மாட்டார். இல்லையா?

இப்பிரதியில் அவர் முன்வைப்பது 'தாமரையில் நரகல்' உள்ளது என்பதை மட்டுமல்ல. தாமரை தூய்மையானது. அதுதான் அதன் இயல்பு. அது அப்படித்தான் இருக்க வேண்டும். அதில் நரகல் என கருதப்படுபவைகள் இணையக் கூடாது என்பதை வலியுறுத்துவதையும் தான். இப்பிரதியில் இந்த வலியுறுத்தலின் சாய்வுதான் அதிகம்.

02
அனார் உருவாக்கும் கவிதை சொல்லிகள்:
'நானொரு பொம்புளப் புள்ள'

ஒவ்வொரு பிரதியும் அதன் எல்லைக்குள் மேற்கொள்ளப் பட்டிருக்கும் ஒழுங்கமைப்பினால் கருத்தியல்களை உற்பத்தி செய்கின்றன. பிரதிக்குள் இயங்கும் அவ்வொழுங்கமைப்பானது, அப்பிரதிக்கு வெளியிலுள்ள சமூகக் கலாச்சார கருத்தியல் மூலப் பொருட்களிலிருந்துதான் கட்டமைக்கப்படுகிறது. எனவே, பிரதிக்குள் வைக்கப்பட்டிருக்கும் ஒழுங்கமைப்பை அணுகிப் பார்ப்பதற்கு, குறித்த பிரதிக்கு வெளியிலுள்ள சூழலில் நிலவுகின்ற ஒழுங்கமைப்புகள் குறித்த பன்முகப்பட்ட பார்வைகள் தேவைப் படுகிறது.

நமது சமூக கலாச்சாரமானது வரலாறு நெடுகிலும் ஒவ்வொரு பாலினர் சார்ந்தும் பேணிவரும் ஒழுங்கமைப்புகள் இருக்கின்றன. அவை நமது கூட்டு நனவிலியில் ஆழப்பதிந்து இயல்பானவைகளாக நமது பண்பாட்டிற்குள் இயங்கிக்கொண்டிருக்கிறது. அந்த ஒழுங்கமைப்புகளானது, பெண்களை passive recipient ஆக வைத்துக் கொள்ளவும், எப்பொழுதும் ஒரு ஆண்துணையை சார்ந்திருக்கும்; அவனில் தங்கியிருக்கும் ஜீவனாக, ஒரு பயனிலைப் பொருளாக (objective) பெண்களைக் கட்டமைத்து வைத்திருக்கின்றன. அது நமது கூட்டுநன்விலிக்குள் வேரூன்றி இருப்பதாலோ என்னவோ அனார் உருவாக்கும் பிரதிகளுக்குள் தாராளமாகத் தலைகாட்டுகின்றன.

பூக்க விரும்புகின்ற கவிதை

நீ வரைந்து காட்டு..
என் மறைந்துள்ள முகத்தை
நீ வரைந்து காட்டு..
அடையமுடியாத அந்த இரவை
இன்னும்.. வெளிப்படாத கனவை
பூக்க விரும்புகின்ற கவிதையை

மலையடி வாரத்தே
பசுந்தாவரங்களின் மத்தியில்
இட்டு வைத்திருக்கும் பொன் முட்டையைக்
கண்டெடுப்பதற்கான திசையைச் சொல்லிக் கொடு
பறவைக்கு

அருவியின் மடியில்
அபூர்வ ராகங்களுடன் புதைந்து போயுள்ள
(எவராலும் பூரணமாக இசைக்க முடியாது போன)
இசைக் கருவியை மூழ்கி எடு
பொக்கிசங்களே உடலாகி
நர்த்தனம் பெருகும் சிற்பம் ஒழிந்துள்ள
பெருங்குகை வாயிலில் ஏற்றப்படாத சுடரை
ஓளிர விடு

மேகங்களுக்கு மேலேறிச் சென்று
நிலவின் கதவைத் திறந்து
எடுத்துக் கொள்
கொஞ்சமும் குறையாத என்னை.

அனாரின் அத்தனை கவிதைகளும் ஒரு பெண்கவிதை சொல்லியை வைத்து கவிதை விபரிக்கப்பட்டிருக்கும். அந்தக் கவிதைசொல்லி ஒரு முன்னிலைப்படுத்தப்பட்ட ஆணுடன் (பெரும்பாலும் காதலனுடன்) பேசிக்கொண்டிருப்பார். மேலுள்ள பிரதியில் அப்படி என்ன பேசுகிறார்? முன்னிலையில் இருப்பவரிடம் இதைச் செய் அதைச் செய்யென ஒரு நீண்ட பட்டியலை முன்வைக்கிறார்.

கவிதை சொல்லிக்கு மறைந்திருக்கும் தனது முகத்தைப் பார்க்கத் தோன்றுகிறது. அடைய முடியாத இரவை, வெளிப்படாத கனவை, பூக்க விரும்புகின்ற கவிதையைப் பார்க்கத் தோன்றுகிறது. அதனைப் பார்ப்பதற்கும் கண்டடைவதற்கும் கவிதைசொல்லி தானே முன்னேறாமல் அவனிடம் செய்துகாட்டச் சொல்கிறாள். தொடர்ந்தும் சொல்கிறாள்: அந்தப் பறவைக்கு உதவி செய், அபூர்வமான இசைக் கருவியைக் கண்டுபிடி, குகையில் விளக்கேற்றி நடன சிற்பங்களைக் காட்டு என ஒரு துணிச்சலான எட்வெஞ்சரை நிகழ்த்திக் காட்டச் சொல்கிறாள். அவள் ஆசைப்படுபவைகளை அவளாகவே அடைந்துகொள்ளும் துணிச்சலை அவளிடம் காணமுடிவதில்லை. கவிதை சொல்லி தனது ஆசை அத்தனைக்கும் முன்னிலையில் இருப்பவனைச் சார்ந்திருப்பதை மறைவில் அறியத்தருகிறார்.

அப்பட்டியலில் இறுதியாக, நிலவின் கதவைத் திறந்து தன்னையும் எடுத்துக் கொள்ளும்படி சொல்கிறார். எனது ஆசைகளை

நிறைவேற்றுகின்ற நீதான் எனக்கு வேண்டும். என்னையும் நீயே வந்து எடுத்துக் கொள் அல்லது நான் நிலவுக்குள் வசிக்கும் முழுமையானவள். எனது ஆசைகளை செய்து தந்து விட்டு வந்தென்னை அள்ளிக் கொள் எனச் சொல்கிறார். இங்கு கவிதை சொல்லி தன்னை ஒரு பயனிலைப் பொருளாகப் பாவித்திருப்பதை அவதானிக்கலாம். கவிதை சொல்லி இயங்காமல் தன்னை ஒரு *passive* நிலையிலேயே வைத்துக்கொள்கிறார்.

தனது ஆசையை நிறைவேற்றும் துணிச்சலான ஒருவனிடமே கவிதைசொல்லி தன்னை ஒப்படைக்க ஆசைப்படுகிறாள். இது நமது சூழலில் பெண்களுக்கு மத்தியில் நிலவும் பொதுவான ஆசை; ஆண்மய்ய கலாச்சாரத்தை மீள மீள வலுப்படுத்தும் அம்சம். அதாவது, ஆணைச் சார்ந்திருக்கும், அவனில் தங்கியிருக்கும் சூழலை இயல்பெனக் கட்டமைத்துவிடும் பொறிமுறை.

இப்பிரதியில் கவிதைசொல்லி இன்னும் சிலதை மறைவில் அறியத் தருகிறார். ஒரு ஆண் எப்படி இருக்க வேண்டுமென கவிதைசொல்லி வெளிப்படுத்துகிறார்: பெண்ணின் ஆசையை நிறைவேற்றும் துணிச்சலானவன். அதே போல் பெண்ணாகிய தன்னை விபரிப்பதற்கு நிலவை (நிலவுக்குக்குள் வசிப்பவள் என) பயன்படுத்திக் கொள்கிறார். இது நமது சமூகக் கலாச்சாரம் கட்டமைத்துப் பேணிவரும் இன்னொரு ஒழுங்கமைப்பு.

'ஏய் குமாரு..' என அழைக்கும் போது, ஒரு ஆணைத்தான் சுட்டுகிறேன் என நமக்குப் புரிந்துவிடுகிறது. 'ஏய் குமாரு.. உனக்கு நல்லா இருக்கும் எண்டு இந்த ட்ரெஸ் வாங்கினன்' எனச் சொல்லும் போது அந்த ட்ரெஸ் ஒரு சாரியாகவோ அல்லது நைட்டியாகவோ இருக்காது என்பது நமக்கு உறுதியாகத் தெரிகிறது.

நாம் ஊடாடும் சமூக நிறுவனங்களான குடும்பம், மதம், கல்வி, மொழி, சட்டம்.. என ஒவ்வொன்றும் ஒவ்வொரு பாலினருக்கும் குறிப்பிட்ட அடையாளங்களை, பழக்கங்களை கட்டமைத்துத் தந்திருக்கின்றன. நமக்கான பெயர் தெரிவிலிருந்து ஆடைத் தெரிவு, குரல் தன்மை, காலடில் வைத்து நடக்கும் தன்மை, பாலியல் நாட்டம், முக அலங்காரம், அதிகார எல்லை என அனைத்தும் கட்டமைக்கப்பட்டு நமக்குத் தரப்பட்டிருக்கிறது. அவைகளை ஒவ்வொரு பாலினருக்குமான இயல்புகளாக நம்பவைத்து கூட்டு நனவிலிக்குள் பதிவுசெய்தும் விட்டிருக்கின்றன. அதனால் தான், குமார் என்றவுடன் அது ஆண் என்பதும், அவர் உடை எப்படியானதாக இருக்கக்கூடும் என்பதும் நமக்கு உடனே தெரிந்துவிடுகிறது.

எப்படி ஏனைய சமூக நிறுவனங்கள் ஆண்களுக்கும் பெண்களுக்குமென பால்நிலை அடையாளங்களை கட்டமைத்து வழங்கியிருக்கிறதோ அதுபோலவே இலக்கியமும் பெண்களுக்கென்று *stereotypes*களை கட்டமைத்து உலவ விட்டிருக்கின்றன. பெண்ணை பூவுக்கும் நிலவுக்கும் ஒப்பி, கொடி இடையாக்கி, நதிக்கு நிகராக்கி, பூமித் தாயாக்கி, இயற்கையவள் கவிதையவள் என மொழிக்குள் உருட்டி வடைவடையாகச் சுட்டு வைத்திருக்கிறார்கள். ஆண்களுக்கும் அது போல் போர், வீரம், துணிச்சல் போன்றவைகள் கட்டமைக்கப்படிருக்கிறது. இவைகளை அப்படியே பிரதிக்குள் மீளக் கட்டமைத்துக் காட்டுவது அனாரின் கவிதைகள்.

எனக்குக் கவிதை முகம்

எல்லா மயக்கங்களுடனும்
மெல்ல அதிர்கிறது இசை
படிக்கட்டுகளில் வழிந்தோடும் நீர்ச் சொரியலாய்

வறண்ட சுண்ணாம்புப்
பாதைகளின் மேற்கிளம்பும்
வெண்புழுதியில் மணக்கிறது
அவன் குதிரைக் குளம்பொலி
சாம்ராஜ்யங்களின்
அசைக்க முடியா கற்றூண்களைப்
பிடுங்கி ஒரு கையிலும்
போர்களை வெற்றி கொண்ட
வாள் மறு கையிலுமாய்
அதோ வருகிறான் மாவீரன்.

இரு புறமும் பசுமரங்கள் மூடியிருக்க
மூடுபனி தழுவி நிற்கும்
சிறுத்து ஒடுங்கிய பாதையில்
என் கனவின் உள் புகுந்து
தாவுகின்றன இரண்டு முயல்கள்
விடிந்தும் விடியாத
இக்காலைக் குளிரில்
முகை வெடித்த பூக்களின் காதுகளுக்குள்
'கோள்' மூட்டுகின்றது
பெயர் தெரியாத ஒரு காட்டுப் பூச்சி
அதனாலென்ன
எனக்குத் தெரியும்
அவன் வாள் உறைக்குள்
கனவை நிரப்புவது எப்படியென்று
எனக்குத் தெரியும்
மகத்துவம் நிறைந்த இசை
தீர்வதேயில்லை

நான் பாடல்
எனக்குக் கவிதை முகம்

மேலுள்ள பிரதியிலும் ஒரு ஆணைப் பற்றிக் கவிதைசொல்லி விபரிக்கிறார்: பல சாம்ராஜ்யங்களை அழித்த, பல போர்களை வெற்றி கொண்ட மாவீரன், ஒரு கையில் பிடிங்கிய தூணையும் மறுகையில் வாளையும் பற்றிப்பிடித்துக் கொண்டு வருவதாக விபரிக்கிறார். அடுத்து கவிதை சொல்லி தன்னைப் பற்றி விபரிக்கிறார்: பசுமரம், மூடுபனி, அங்கிருந்து தன் கனவுக்குள் நுழையும் பாதை, கனவுக்குள் துள்ளித்திரியும் முயல்கள், மலர்கள், மலர்களுடன் பேசும் காட்டுப்பூச்சிகள் போன்றவைகளுடன் வாழ்வை அமைத்துக் கொண்டவளென அறியத்தருகிறார். அது மட்டுமல்ல தானொரு பாடலெனவும் தனது முகம் கவிதையாய் ஆனது எனவும் விபரிக்கிறார்.

நம் சமூகக் கலாசாரம் ஆணுக்கும் பெண்ணுக்குமென எவ்வகையான பண்புகளை, உரையாடல்களைக் கட்டமைத்து வைத்திருக்கின்றனவோ (ஆண்:வலிமை, பெண்:மென்மை) அதனையே மீளப் பிரதிக்குள் சொல்லிக்காட்டுகிறார். இந்த விபரிப்பில் இன்னொன்றையும் வாசிப்புச் செய்யலாம். அதாவது, அவன் போர் புரிந்தமையை, பல சாம்ராஜ்யங்களை அழித்தமையை பெருமிதமாகவே கவிதைசொல்லி முன்வைக்கிறார். அவனால் அழிந்துபோனவைகள் சார்ந்து சிறு வருந்துதல் தொனியும் கிடையாது. அவன் பலமான ராஜ்யங்களையே துவம்சம் செய்தவன் எனும் விசயம், கவிதை சொல்லியை பெருமை கொள்ளச் செய்கிறது.

மாவீரன் வருவதை உணர்ந்த ஒரு காட்டுப் பூச்சி, பூவிடம் அவனைப் பற்றி ஏதோ சொல்கிறது. அது அவனைப் பற்றி என்ன வேண்டுமானாலும் சொல்லிக் கொள்ளட்டும். அவன் எனக்கானவன். அவனது வாள் உறைக்குள் கனவை நிரப்பி எப்படி சாந்தப்படுத்துவது என்பது தனக்குத் தெரியும் என கவிதை சொல்லி அறியத்தருகிறார். இந்த செயற்பாடும் காலாகாலமாக நமது சூழலில் நிலவி வருகின்றவைதான். கணவன் கோபம் கொண்டு எழுவதும் மனைவி தடவிக்கொடுத்து cool ஆக்குவதும்.

அனார் உருவாக்கும் கவிதை சொல்லிகள், நமது ஆண்மய்ய சமூகப் பண்பாடு பெண்களுக்கென கட்டமைத்துத் தந்த வைகளையே தனக்கென வரித்துக் கொள்கிறது. அதனை மீறிச்செல்ல முற்படுவதில்லை. அப்படி இருந்தால் என்ன? அப்படி இருப்பதில் என்னதான் பிரச்சினை? அப்படி இருப்பதால் என்ன சிக்கல்?

ஒவ்வொரு பாலினருக்கும் கட்டமைத்துத் தரப்பட்டிருக்கும் விடயங்கள் ஒவ்வொன்றும் மறைமுக அதிகாரத்தைக் கொண்டிருக்கிறது. குறித்த பாலினருக்காக்கட்டமைத்துத்தரப்பட்டவைகள், அப்பாலினருக்கு அம்மறைமுக அதிகாரத்தை வழங்கிவிடுகிறது. இம்மறைமுக அதிகாரத்தை எப்போது உணரமுடியும் என்றால், நீங்கள் உங்களின் பாலினத்திற்கெனதரப்பட்டிருக்கும்அடையாளத்தை, செயற்பாடுகளைத் தவிர்த்து விட்டு வேறொன்றைத் தெரிவுசெய்யும் பொழுது, நீங்கள் இழிவு படுத்தப்பட்டு ஓரங்கட்டப்படுவீர்கள். அப்பொழுது உணர்ந்து கொள்வீர்கள். அப்படி சமூகத்தில் ஓரங்கட்டப்பட்டிருப்பவர்கள் தான் திருநங்கைகள், ஒரு பால் நாட்டம் கொண்டவர்கள். நமக்குத் தலைமை தாங்க ஒரு பெண்ணை அங்கீகரிக்க முன்வரும் நமக்கு, பெண்களைப் போன்ற குரலில் பேசும் ஒரு ஆணைத் தலைவராக ஏற்க முடியாது போய்விடுகிறது. அப்படியானவரை கிண்டல் செய்கிறோம்.

பால்நிலை அடையாளங்கள் (gender) அனைத்தும் நமது தெரிவிற்கு உட்பட்ட நிகழ்த்துகைகள் தான். நானொரு பெண். ஆகவே நான் முடியை கூந்தலாக வளர்த்துக் கொள்ள வேண்டும், முகத்தில் முடி வளராமல் பார்த்துக் கொள்ள வேண்டும், ஒரு ஆனைத்தான் காதல் துணையாகத் தெரிவு செய்ய வேண்டும் என மேற்கொள்ளும் போது, பெண்ணுக்கென சமூகம் அங்கீகரிக்காததை தெரிவு செய்து அதிகாரத்தை இழக்க முடியாது என்பதும் மறைவில் தொக்கி நிற்கிறது. மறைவில் இயங்கவே செய்கிறது.

பால்நிலை அடையாளங்களினூடாகப் (gender) பேணப் பட்டுவரும் அதிகாரங்களைக் கொட்டிக் கவிழ்க்க வேண்டுமெனில், பேணப்பட்டு வரும் இந்தப் பால்நிலை ஒழுங்கமைப்பைக் குலைக்க வேண்டும். அவைகளை மீள்கட்டமைப்புச் செய்து இன்புறும் பிரதிகளை இடையீடு செய்து நுண்மையான விமர்சனங்களுக்கு உட்படுத்தப்பட வேண்டும். அவ்வொழுங்கமைப்பைக் கலைப்புச் செய்துகாட்டும் பிரதிகள் மீது அக்கறை கொள்ள வேண்டும்.

03

கருணைப் பம்மாத்து

ஏனைய உயிரினங்களின் மீது கருணை காட்டும் கவிதைப் பிரதிகளை வாசிக்கக் கிடைத்தால் கொஞ்சம் உன்னிப்பாக அலசிப் பாருங்கள். பெரும்பாலான பிரதிகள், முதல் வாசிப்பில் கருணை காட்டுவது போல் தோற்றமளித்தாலும் அடுத்தடுத்த வாசிப்புகளில் அவை கருணை அல்ல. ஒரு வகைப் பம்மாத்து என்பது புலப்படக் கூடும். ஏனைய உயிரினங்களையும் சுயதன்னிலை (*subjective*) கொண்டவைகளாக அணுகப் பழக்கப்படாததன் பக்கவிளைவு அது.

வீடு

வீடொன்று வேண்டும்.
வெயிலையோ மழையையோ
பகைப்பதற்கு அல்ல.
காக்கையும் கூடு கட்டும்
அடைகாக்க.

- ராஜ சுந்தரராஜன்

இப்பிரதியில் வைக்கப்பட்டிருக்கும் கவிதை சொல்லி ஒரு கோரிக்கையை முன்வைக்கிறார். தனக்கொரு வீடு வேண்டுமாம். அது அவரது சொந்தத் தேவையின் நிமித்தமான வேண்டுதல் இல்லையாம். அவர் மட்டுமல்ல; காகமும் அந்த வீட்டுற்கு வருமாம்; முட்டையிட்டு அடைகாக்க அந்த வீட்டில் கூடும் கட்டுமாம். அதற்குத்தான் ஒரு வீடு வேண்டுமாம்.

ஒரு வீடு உருவாக, மலைகளில் இருந்து கற்கள் பெயர்த்தெடுக்கப்பட வேண்டும். ஆறு, ஏரி, கடல்களிலிருந்து மண் அகழ்ந்தெடுக்கப்பட வேண்டும். மரங்கள் வெட்டப்பட்டு பலகை, கைமரம், நிலை, ஜன்னல், கதவு என்று மாற்றப்பட வேண்டும். ஒரு நிலப்பகுதியில் உள்ளவைகள் அகற்றப்பட்டு, சமப்படுத்தப்பட்டு, அவ்வீடு நிற்கும் நிலப்பகுதியானது நிலம் தெரியாமல் மூடப்பட்டும் விடுகிறது. ஒரு வீடு உருவாக

இயற்கையான சுற்றுசூழலை அண்டிவாழும் உயிரினங்கள் எல்லாம் தொல்லை அனுபவிக்க வேண்டும்; காகங்கள் உற்பட.

காகம் கூடு கட்ட ஒரு மரம் வளர்க்க வேண்டும் அல்லது தன்னுடை வீட்டை இடித்து சிறு காடு செய்வேன் எனச் சொன்னால், அதில் ஒரு நியாயப்பாடு உண்டு. அக்கறை கொள்ளும் மனம் வெளிப்படுகிறது. மெய்யாலுமே அது ஒரு கருணை உள்ளம் என ஒத்துக் கொள்ளலாம். வெயிலில் காய்ந்து மழையில் நனைவதில் எந்த வெறுப்பும் இல்லை எனச் சொல்லும் கவிதை சொல்லி இப்படித்தானே யோசித்து இருக்க வேண்டும்? காகம் கூடுகட்டி அடைகாக்க ஒரு வீடு வேண்டும் எனக் கேட்பது, காகத்திற்காக் கேட்கிற மாதிரியா இருக்கு?

இந்தக் கவிதைப் பிரதி, உதவும் கருணை உள்ளத்தை வெளிப் படுத்துவதாய்ப் பம்மாத்துக் காட்டுகிறதென்றால், அடுத்து நீங்கள் வாசிக்கப் போகும் பிரதி, கருணை உள்ளத்தின் பரிதவித்தலை முன்வைப்பது போல் பாவ்லா காட்டுவதை அவதானிக்கலாம்.

வளர்ப்புமிருகம்

தளர்ந்து
உயிர்பிரியத் தவிக்கும் உடம்பாய்க் குறுகி
எங்கோ பார்த்துக் கொண்டிருந்த
என் கால்களை முகர்ந்தது அது
அதன் கண்களில் நிராதரவு
இரங்கி
சில சொற்களை எறிந்தேன்
பசி நீங்கியும் போகாமல்
என் நிழலைத் தொடர்ந்தது அது.
நாளடைவில் கால் முகம் ரோமம் என
உறுப்புகள் மீண்டன அதற்கு
பற்கள் நீண்டன
நகங்கள் வளர்ந்தன
கண்களில் குரோதம் அடர்ந்தது
அதற்குப் பயந்து
நண்பர்கள் வராமல் போனார்கள்
குழந்தைகள் ஒளிந்து கொண்டார்கள்
அது வளர்ந்து
என்னைவிடப் பெரிதாச்சு
அதன் பற்களில் வெறி துடித்தது
எனினும்
என்னை ஒன்றும் செய்யாது என்றிருந்தேன்
அதன் முனகலும் உறுமலும்
என் அமைதியைக் கலைத்தன
அதன் ரோமங்கள் உதிர்ந்தும்

மூத்திரம் தேங்கியும்
மலம் குவிந்தும்
அறை நாற்றமடிக்கத் தொடங்கியது
தொல்லைதாளாமல்
நம்பிக்கைகளைக் கோர்த்துச் சங்கிலியாக்கிக்
கட்டிவைத்தேன்
உலாவப் போகையில் சங்கிலிபுரளக்
கூடவந்தது
பிறகு
இழுத்துப் போக வலுவற்ற என்னை
இழுத்துப் போகத் தொடங்கியது
சங்கிலிச்சுருளில் மூச்சுத்திணற
சிக்கிக்கொண்டேன் நான்.
விடுபடத்தவிப்பதே விதியாச்சு
ஒருநாள்
விசை குறைந்த சங்கிலியைக் கை உணர
அது தொலைந்த தென்று மகிழ்ந்தேன்
எனினும்
புலனாகாத எங்கோ
அகற்றமுடியாத சங்கிலியின் மறுமுனையில்
இருக்கக்கூடும் அதுவென்ற
பயம் பின்பு நிரந்தரமாச்சு.

- **சுகுமாரன்**

ஆதரவற்று சாகக் கிடந்த ஒரு மிருகத்தை கவிதைசொல்லி காப்பாற்றுகிறார். அது அவருடனேயே இருக்கிறது. அது தெம்பானதும் பற்கள், நகங்களென அதற்கு வளர வன்மமாகிறது. அதன் செயல்கள் அவரை தொல்லைப்படுத்த, சங்கிலியில் கட்டிப் போடுகிறார். நடைபயிற்ச்சி செய்ய வெளியே செல்லும் போது அதையும் உடன் அழைத்துச் செல்கிறார். அதுவும் இவர் மூச்சுத் திணறுவதை பொருட்படுத்தாமல் இழுத்துச் செல்லுமாம். அப்படி ஒரு நாள் இழுத்துச் செல்லும் போது சங்கிலியை பிய்த்துக் கொண்டு, அவரை விட்டு ஓடிக் காணாமல் போனதும் தொலைந்தது சனியன் என மகிழ்ந்தாராம்.

ஆனால், அவரால் தொடர்ந்து மகிழ்ந்திருக்க முடியவில்லையாம். அது எங்கு, யாரிடம் மாட்டிக் கொண்டு, சங்கிலியில் சிக்குண்டு அவஸ்த்தைப் படுகிறதோ என நிரந்தரமாக பரிதவித்துக் கொண்டிருக்கிறாராம்.

இந்தப் பரிதவிப்புதான் நமக்குச் சிக்கலாகிறது. ‘என்ன தொல்லைகள் தந்தாலும் என்னுடனேயே இருந்த ஜீவன், இப்பொழு இல்லாமல் போனதும் அதன் இன்மை என்னை வாட்டுகிறது. அது எங்கு என்ன செய்து கொண்டிருக்குமோ?’ என்பதாக பரிதவித்திருந்தால் வேறு கதை.

ஓம், அதனைப் பார்க்காமல் தழுவ முடியாமல் புலம்புகிறார் இந்த மனிசன் எனலாம்.

ஆனால் இவர் எப்படிப் பரிதவிக்கிறார் என்றால்: அது எங்கோ அகற்ற முடியாத சங்கிலியில் மாட்டிக் கொண்டு அவஸ்த்தைப் படுமே.. பாவம் அது.

இந்தக்கவிதை சொல்லியும் அதனை சங்கிலியில் கட்டிவைக்கவே செய்தார். அப்படி என்றால், அவரைத் தொற்றிக் கொண்டு நிரந்தரமாக வதைக்கும் பயம், சங்கிலியில் மாட்டிக் கொண்டு கஸ்டப்படுமே என்பதா? அல்லது என்னுடைய சங்கிலி அதன் கழுத்தில் இல்லையே என்பதா?

இங்கு கவிதைசொல்லி தனது சங்கிலியை நம்பிக்கையைக் கோர்த்து உருவாக்கிய சங்கிலி எனச் சொல்லி இருப்பார். அவர் அப்படிச் சொல்லி இருப்பதாலேயே அவர் வளர்த்த மிருகத்துக்கு அந்தச் சங்கிலி பிரியமான சங்கிலியாக; பாசமான சங்கிலியாக இருந்ததெனக் கொள்ளமுடியுமா என்ன? அப்படி இருந்திருந்தால், அந்தச் சங்கிலியைப் பிய்த்துக் கொண்டு இவரையும் விட்டுவிட்டு ஓடிக் காணாமல் போயிருக்காதே.

ஆக, இக்கவிதை சொல்லி வெளிக்காட்டும் பரிதவிப்பு எப்படிப் பட்டதென்றால்: 'என் பொண்டாட்டிக்கு நான் அடிப்பேன். ஆனால் மற்ற யாரும் அடித்தால் அவளால் தாங்கவே முடியாது' எனும் பம்மாத்து.

04

கவிதை நிலைப்பாட்டின் சிக்கல்

கவிதை என்றால் என்ன என்பதற்குப் பலரும் பலவிதமான விளக்கங்களை முன்வைத்திருப்பர். அவைகள் ஒவ்வொன்றும் கவிதை எந்தெந்த அம்சங்களைக் கொண்டிருக்க வேண்டும் என விபரிப்பவைகள். அவர்களிடம், கவிதை எவற்றினைக் கொண்டிருக்கக் கூடாது எனும் விபரிப்புகளும் இருக்கும். ஒவ்வொரு விளக்கங்களுடனும் உடன்படுபவர்கள், அவர்களின் தரப்பிலிருந்து எது கவிதை? எது கவிதை இல்லை? எனும் தெரிவையும் அதன் தொடர்ச்சியாக மேற்கொள்ளத் துவங்கிவிடுவர். கவிதை பற்றிய அவர்களின் நிலைப்பாட்டிற்கு உடன்பட்டு வராதவைகள் வெறும் குப்பை என இகழ்ந்து அறிவிப்பும் செய்யப்பட்டுவிடுகின்றன.

மேற்கொண்டு உரையாட இக்கவிதைப் பிரதியை வாசித்து விடுங்கள்.

பறவையின் கூடு

ஒரு நாளும் ஒரு பறவையின் பின்னால் ஓடித்திரியும்
அவசியமற்ற அறிவாளி
மூடர்களைப் பற்றி சொன்ன கதை
உல்லாசம் தேடி அலையும் உலகுக்குத் தேவையற்றது
தொடர்ந்து அறிக்கைகளை
கவிதையாகச் செய்துகொண்டிருப்பவன்
ஒரு சாக்கடைக்கும் மேல் கவலைப்பட வேண்டியவனில்லை
மீண்டும் செய்திகளை எதிர்நோக்கி இருப்போம்
சலனத்தின் பிரதியுருக்களை நிகழ்கணத்தில் தத்துவமாக்கி
கொழுத்த ஆணியறைந்து சாத்து மலரிட்டு
போர்க்களங்களை உருவாக்குவோம்
நிலவின் நிழல் ஊர்ந்து திரியும்
நிலம் கலந்த சமுத்திரத்தில்
புலனற்றுப் போக விரும்பும் அறிவாளி
பறவைகள் கடக்கும் வெளி என்பது

வெறும் தானியத்திற்கானது என
மூடர்களுக்குச் சொன்ன கதை
அறிக்கைகளைக் கவிதையாகச்
செய்து கொண்டிருப்பவனுக்கும் பொருந்தும்
மூடர்களாலும் பறவைகளாலும்
உலகைக் கடக்க முடியாது
உலகம் என்பது வெளி அல்ல
அப்படியும் கண்ணுக்கெட்டிய தூரம் கூடக் கிடையாது
மனிதத் தலையுள்
பறவையின் கூடுதான் அது

-யவனிகா ஸ்ரீராம்

இப்பிரதியில் வைக்கப்பட்டிருக்கும் கவிதை சொல்லியிடம் கவிதை பற்றிய ஒரு நிலைப்பாடு உள்ளதை அவதானிக்கலாம். அறிக்கைகளை கவிதையாக வடிவமைத்து முன்வைப்பவர்களை, சாக்கடை நரகல் எனச் சாடுகிறார். அவர்களை அப்படிச் சாடுவதற்குக் காரணம், அறிக்கைகளை முன்வைக்கும் அவர்களின் கவிதையை சாக்கடையாகப் பார்க்கிறார். அதன் நிமித்தம் தான் அதனைச் செய்தவரை சாக்கடை எனக் கருதுகிறார். அவர்களிடம் இருந்து வெறும் செய்திகளைத்தான் எதிர் நோக்கலாம் என்கிறார்.

இங்கு நாம் மேலும் கவனிக்க வேண்டிய விடயம் என்னவென்றால், இக்கவிதை சொல்லிக்கு அறிக்கைகள், அறிக்கைகளின் வடிவத்தில் முன்வைக்கப்படுவதன் மீது எந்த ஆட்சேபனையும் இல்லை. அறிக்கைகளைக் கவிதையாகச் செய்து, கவிதைகளுக்கு மத்தியில் வைப்பதுதான் அவரை இப்படிக் கோபம் கொள்ளச் செய்கிறது. அதாவது, கவிதை வடிவத்திற்குள் அறிக்கைகளை வைக்கக் கூடாது என்பது அவரின் நிலைப்பாடு.

அறிக்கைகள் என வருகின்ற போது: செய்தி அறிக்கை, கண் காணிப்பு அறிக்கை, கள அறிக்கை, மதிப்பீட்டு அறிக்கை, வானிலை அறிக்கை, நேர்காணல் அறிக்கை என இன்னும் பலவகையான அறிக்கைகள் உண்டு. அறிக்கைகள் என்பது, நிகழ்ந்த, நிகழுகின்ற, நிகழப்போகின்றவைகள் பற்றி அவரவர் பார்வைக் கோணங்களினூடாக அவதானித்து முன்வைக்கப்படும் படைப்புகள். அறிக்கைகள் எதார்த்தத்தை அப்படியே பிரதிபலிப்பவைகள் அல்ல. அதனால் தான் ஒரு நிகழ்வு குறித்து இருவரின் அறிக்கைகள் வேறுபடுகின்றன.

அது ஒரு பக்கம் இருக்க, ஒரு அறிக்கையை வாசிப்புச் செய்தல் எனும் புலத்திலிருந்து பார்த்தால், ஒரே அறிக்கை பல பொருட்கோடல்களுக்கு ஆட்படுவதை அவதானிக்கலாம். ஏனென்றால், மொழி நிரந்தர

அர்த்தங்களுடன் பிணைக்கப்பட்டு இயங்குவதில்லை. ஒவ்வொரு சொற்களுக்கான அர்த்தமும் அதனை எதிர்கொள்ளும் வாசகர்களைப் பொறுத்து, அது பாவிக்கப்படும் சூழலைப் பொறுத்து, அதனுடன் இணையும் ஏனைய சொற்களைப் பொறுத்து அர்த்தங்கள் மாற்றம் கொள்கின்றன. 'அம்மா' என்பது ஒரு குழந்தைக்கு தன்னை ஈன்றெடுத்த தாயாகவும், யாசகம் கேட்பவர்களுக்கு வேறொன்றாகவும், தமிழக அரசியலில் வேறொன்றாகவும் இன்னும் இன்னும் வெவ்வேறு அர்த்தங்களை நிகழ்த்திவிடும்.

இப்படியான விபரிப்புகளை ஏன் செய்கிறேன் என்றால், ஒரு அறிக்கை எதார்த்தத்தை அப்படியே பிரதிபலித்து ஒற்றைக் கருத்தியலை நிறுவும் திராணியற்றது என்பதையும், அது புனையப்பட்ட ஒன்றல்ல என்பதை மறைத்துவைக்க முயன்று தோற்பவைகள் என்பதையும் சொல்லத்தான்.

ஆக, ஒரு அறிக்கையை கவிதை வடிவத்திற்குள் வைக்காமல், அப்படியே அறிக்கையின் வடிவில் கொண்டுவந்து கவிதைகளுக்கு மத்தியில் வைத்து விட்டாலும் கூட அதைக் கவிதை இல்லை; சாக்கடை எனச் சொல்லிவிட முடியுமா?

(இடைச்செருகல்: அப்படிக் கொண்டு வந்து வைத்துவிட்டால், மரபுக்கவிதையின் யாப்பிலக்கண வடிவங்களில் இருந்து விடுபட்டு சுதந்திரமாக இயங்குவதாய் காட்டிக் கொள்ளும் நவீன கவிதைகள், யாப்பின்றிப் பேணிவரும் இறுக்கமான வடிவமும் அரசியலும் கேள்விக்குள்ளாகின்றன அல்லவா?

சாதாரணமாக, மக்களின் பாவனைக்காக உற்பத்தி செய்யப்படும் 'சிறுநீர் கழிக்கும் கொமோட்' இனை Marcel Duchamp கலைக்கூடத்திற்குள் கொண்டு வந்து, கலைப் பொருட்களுக்கு மத்தியில் வைத்தார். அது கலையம்சம் பற்றி அன்று கொண்டிருந்த நிலைப்பாட்டையும், கலைப்பொருட்களின் தெரிவைச் சுற்றி நிலவிய அரசியல் உரையாடலையும் கலைத்துப் போட்டது.

இங்கும் இலக்கியம் என்று வருகின்ற போது: கவிதை, சிறுகதை, நாவல், குறுங்கதை போன்ற வகைப்பாட்டு வடிவங்கள் பயிலப்பட்டு இறுக்கமாகப் பேணப்படுவதை அவதானிக்கலாம். அத்தகைய கட்டிறுக்கங்களைக் கலைத்துப் போடவும் அவைகள் மறைவில் கொண்டிருக்கும் அதிகார உரையாடலை கட்டவிழ்க்கவும் பலரும் முனைந்தே வந்திருக்கின்றனர்.)

மேலும் உரையாட கலாப்பிரியாவின் ஒரு கவிதைப் பிரதியை எடுத்துக் கொள்ளலாம்.

தொலைவில் புணரும்
தண்டவாளங்கள்
அருகில் போனதும்
விலகிப் போயின

இது ஒரு சாதாரண கட்புல அவதானிப்பு. தான் அவதானித்ததை அப்படியே கவிதை வடிவத்திற்குள் வைக்கிறார். இங்கு கவிதை வடிவமாக அவதானிக்கக் கூடியது ஒன்றே ஒன்றுதான். அது ஒடித்தல் டெக்நிக் (enjambment) : நீளமாக எழுதாமல் வரிவரியாக உடைத்து எழுதுதலைக் குறிக்கும். 'இணைந்திருக்கும்' எனும் சொல்லுக்குப் பதிலாக 'புணரும்' எனும் சொல்லைத் தேர்வு செய்திருக்கிறார். அவ்வளவுதான்.

இது கவிதையாகச் செய்யப்பட்டிருக்கும் அறிக்கை அல்லவா? ஒரேயொரு அவதானிப்பை முன்வைக்கும் அறிக்கை. யவனிகாவின் பிரதியில் வரும் கவிதை சொல்லியிடம் இதனைக் காட்டினால் சாக்கடை என்பார்.

ஆனால், வாசகர்கள் அதனை வெறும் அவதானிப்பு அறிக்கையாக மட்டுமே பார்ப்பதில்லை. உதாரணத்திற்கு: ஒரு boy bestyஆக இருப்பவர் இதனை எதிர்கொண்டால், தள்ளியிருந்து பார்க்கும் சமூகத்திற்கு நான் எனது நண்பியுடன் கொஞ்சிக் குலாவுவது போல் தோன்றலாம். அவர்கள் எங்களுக்கு அருகில் வந்து அவதானித்தால்தான் தெரியும் எங்களுக்கு மத்தியில் இருக்கும் தெளிவான விலகல் புள்ளிகள் என ஒரு வாசிப்பை நிகழ்த்தக் கூடும். இங்கு கலாப்பிரியாவின் கட்புல அவதானிப்பு வேறொரு அர்த்த தளத்திற்கு மாறிவிடுகிறது.

நிலமை இவ்வாறு இருக்கும் பொழுது, அறிக்கைகளை கவிதைக்குள் தருவதை எப்படி சாக்கடை என மட்டம் தட்ட முடியும்?

யவனிகாவின் பிரதியில் வரும் கவிதை சொல்லி, அறிக்கைகளைக் கவிதையாகச் செய்து கொண்டிருப்பவர்கள் பற்றி இன்னொன்றையும் அறியத்தருகிறார்.

//பறவைகள் கடக்கும் வெளி என்பது
வெறும் தானியத்திற்கானது என
மூடர்களுக்குச் சொன்ன கதை
அறிக்கைகளைக் கவிதையாக
செய்து கொண்டிருப்பவனுக்கும் பொருந்தும்//

பறவைகள் பறந்து செல்வது இரையைத் தேடுவதற்காக மட்டும்தான் என மூடர்களுக்குச் சொல்வது போன்ற செயலைத்தான் அறிக்கைகளை கவிதையாகச் செய்கிறவர்கள் மேற்கொள்கின்றனர் என்கிறார். அதாவது, அவர்கள் ஒற்றைக் காரணத்தையே முன்வைக்கிறார்கள். அதானால் தான் அத்தகைய பிரதிகள் சாக்கடையானவை எனும் நிலைப்பாட்டிற்கு கவிதை சொல்லி வந்தடைகிறார் என்பதை ஊகிக்க இடம் தருகிறது.

கவிதைப் பிரதிகள் ஒற்றைத் தன்மையான கருத்தியலை கொண்டிருப் பதில் இக்கவிதை சொல்லிக்கு உடன்பாடில்லை என்பதைத் தான் சொல்ல முனைகிறாரா? என்றால் அது மட்டுமே அவரின் நிலைப் பாடகத் தெரியவில்லை. ஆரம்பத்தில் குறிப்பிட்டதைப் போல், இங்கு கவிதை சொல்லிக்கு ஒற்றைக் காரணத்தைக் கொண்ட அறிக்கைகள், அறிக்கைகளின் வடிவத்தில் வைக்கபடுவது அல்ல அவரைக் கோபப்படுத்துவது. அந்த அறிக்கையை கவிதையாகச் செய்வதுதான் அவரால் ஏற்க முடியாமல் போகிறது.

ஒற்றைக் காரணத்தை பன்மையான சூழலில் அடிப்படையாக்குவது பொருத்தமற்றது, ஆபத்தானது என்பது தான் எமது நிலைப்பாடும். இருந்தாலும் இக்கவிதை சொல்லியிடம் ஒன்றைக் கேட்டு வைப்போம்: 'ஒற்றைக் காரணத்தை எதிர்க்கும், பல காரணங்களை முன்வைக்கும் அறிக்கைகளும் உள்ளன. அவற்றை கவிதையாகச் செய்தால் உங்களுக்கு ஓகே வா? இல்லையா?'

கவிதைகளென முன்வைக்கப்படுபவைகளுக்கு மத்தியில் எது கவிதை? எது கருமாந்திரம் எனும் வகைப்பாட்டைச் செய்யும் இன்னொரு பிரதியையும் வாசிக்கக் கிடைத்தது.

முகநூலில் வாசிப்பனவற்றை
எழுதியவர்கள்
கவிதை என்கிறார்கள்!
கருமாந்திரங்களைக் கவிதைகள் எனச்
சொல்லவும்
தைரியம் வேண்டும் தான்.

- வா.மு.கோமு.

இது உயிர்மை மின்னிதழில் வெளியாகியிருந்த கவிதைகள் பட்டியலுக்குள் கண்டெடுக்கப்பட்ட பிரதி.

இப்பிரதியை வாசிப்புச் செய்வதற்கு உங்களுக்கு ஒரு பயிற்சி: இந்தப் பிரதியை பின்வரும் எதன் அடிப்படையில் கவிதை எனச் சொல்லலாம்? உங்களின் விடைகளைத் தெரிவு செய்க.

1. இது கவிதைகள் பட்டியலுக்குள் இடம்பெற்றுள்ளது. ஆகவே இது கவிதையாகும்.

2. இது முகனூலில் வாசிப்பனவாக எழுதப்படாமல், உயிர்மை மின்னிதழில் வாசிப்பனவாக எழுதப்பட்டுள்ளது. ஆகவே இது கவிதையாகும்.

3. நவீன கவிதைகளின் ஒரு டெக்நிக்கான ஒடித்தல் முறை பயன்படுத்தப்பட்டு வரிவரியாக ஒடித்து எழுதப்பட்டுள்ளது. ஆகவே இது கவிதையாகும்

4. இப்பிரதி கவிதை பற்றி கரிசனை கொள்வதாலும், கவிதை என்ற சொல் இப்பிரதியில் இரு முறை இடம் பெற்றுள்ளதாலும் இது ஒரு கவிதையாகும்.

5. இப்பிரதியிலுள்ள கவிதை சொல்லி, தனக்கு எது கவிதை? எது கருமாந்திரம் என பிரித்தறியும் ஞானம் பெற்றவர் என்பதை அறியத் தருவதால், அத்தகைய ஞானியைக் கொண்டிருப்பதால் இது கவிதையாகும்.

6. வேறு (மேலே குறிப்பிடாதவைகளும் உங்களிடம் இருக்கலாம்)

இந்தப் பிரதியும் வெறுமனே அவதானிப்பு அறிக்கையைத் தான் முன்வைக்கிறது. இப்பிரதியின் கவிதை சொல்லியிடமும் கவிதை என்றால் என்ன எனும் ஒரு நிலைப்பாடு உண்டு. அவர் முகநூலில் வாசிக்கும் கவிதைப் பிரதிகளானவை, அவரின் கவிதை பற்றிய நிலைப்பாட்டிற்கு உடன்படாததனைப் பார்க்கிறார். அவைகளைக் கருமாந்திரங்கள் என மதிப்பிட்டு முடிவுகட்டுகிறார். நான் கருமாந்திரங்கள் என முடிவுகட்டியவைகளை கவிதைகள் எனச் சொல்ல இவர்களுக்கு எப்படி தைரியம் வந்திருக்கிறது பாருங்களேன் என ஆச்சரியப்படுகிறார். அதனைத்தான் அப்பிரதியில் அறிவிக்கிறார்.

இப்பிரதியில் கவிதை சொல்லி கொண்டிருக்கும் கவிதை பற்றிய நிலைப்பாட்டை ஊகித்தறிய எந்தப் பிடிமானமும் தரப்படவில்லை; அந்த நிலைப்பாட்டினை இடையீடு செய்து பார்க்க. ஆனால் அவர் ஏற்றிருக்கும் மதிப்பீட்டின் அதிகாரக் கரத்தை கவிதைகள் என முன்வைக்கப்பட்டிருக்கும் பிரதிகள் மீது தாறுமாறாகப் பிரயோகித்திருப்பதை தெளிவாக அவதானிக்கலாம்.

05
மீ-உயர் அதிகாரம் பொருந்திய கவிதை சொல்லிகள்

கவிதைத் தொகுப்பாக இருந்தாலும், அது கொண்டிருக்கும் ஒவ்வொரு பிரதிகளையும் வெவ்வேறாக அணுகி வாசிப்பை நிகழ்த்துவதும் அவைகளைப் பொதுமைப் படுத்தி அத்தனை பிரதிகளுக்குமான சாராம்சப்படுத்தலாக முன்வைப்பதனை தவிர்ந்து கொள்வதும் எனது வாசிப்பு நிலைப்பாடுகளில் ஒன்று. ஒவ்வொரு பிரதியும் விதம் விதமான கவிதை சொல்லிகளையும், கவிதைச் சூழல்களையும், கவிதா உயிரிகள் மற்றும் உயிரிலிகளையும், சொல்லல் முறைமைகளையும், உத்திகளையும், கதையாடும் பலவகைப்பட்ட அரசியல் நிலைப்பாடுகளையும் கொண்டிருக்கும். இந்த வித்தியாசங்களைப் பொருட்படுத்தாமல், ஒரு தொகுப்பு கொண்டிருக்கும் ஒருசில கவிதைகளின் ஒத்த பண்புகள் சிலதைக் கண்டுபிடித்து அவைகளை முழுத் தொகுப்பிற்குமானதாக பொதுமைப் படுத்துவது, கவிதைப் பிரதிகள் மீது மேற்கொள்ளும் வாசிப்பின் வன்முறையாக மாறிவிடும் அபாயமுண்டு.

இந்தப் பீடிகை எதற்கென்றால், நரனின் லாகிரி தொகுப்பிலுள்ள மூன்று கவிதைகளைத் தெரிவு செய்து, குறித்த ஒரு விடயம் சார்ந்த வாசிப்பை நிகழ்த்திப் பார்ப்பதைத்தான் இவ்வாசிப்புப் பிரதியில் மேற்கொள்ள முனைகிறேன். இவ்வாசிப்பு அம்மூன்று பிரதிகளையும் பொதுமைப் படுத்துவதற்கானதல்ல என்பதை கிளிய(ர்) கட்டாக சொல்வதற்கே.

அம்மூன்று பிரதிகள் மீதான வாசிப்பானது, அம்மூன்று பிரதிகளும் ஒரு விசயத்தில் இடைவெட்டிச் செல்வதை அவதானிக்கச் செய்கிறது. அந்த இடைவெட்டுப் புள்ளி அம்மூன்று பிரதிகளும் கொண்டிருக்கும் கவிதை சொல்லிகள் பற்றியது.

அம்மூன்று கவிதை சொல்லிகளும் குறித்த பிரதியின் எல்லைக்குள் தங்களின் அதிகாரத்தைப் பேணவும் குறித்த பிரதியின் ஏனைய கவிதை உயிரிகள்/மனிதர்கள் மீது தங்களது அதிகாரத்தைப் பயிற்சி செய்யவும்

முனைந்திருப்பர். கவிதை மனிதர்களின் சுய இயங்குதலுக்கான வெளி, கவிதை சொல்லியால் மறுக்கப்பட்டிருக்கும். பின்வரும் கவிதையினை வாசியுங்கள்:

பூச்சி

கடைசி வெளிச்சம் – வேண்டாம்.
புதிய மெழுகுவர்த்தியை ஊதி அணைக்காதே.
அணைந்ததும்
அது ஒரே மூச்சில் இந்தத் தேவாலயத்தை தின்றுவிடும்.
பசித்த சிறுமியே...
உன் உதட்டில் வந்தமரும் பூச்சி
மிகுந்த பசியோடிருக்கிறது.
நீ மட்டும் தான் அதன் இறுதி உணவு.
உனக்கும் அது மட்டும் தான்.
இருவரின் உதடுகளும் ஒருவரையொருவர்
பார்த்துக்கொள்ளுங்கள்.
தாமதிக்காதே.
இப்போது ஒருவரையொருவர் தின்டு கொள்ளுங்கள்
துளி மிச்சம் வைக்காமல்.

இப்பிரதியில் வைக்கப்பட்டிருக்கும் கவிதை உயிரிகளின் சுய இயங்குதலை, அதில் இயங்கும் கவிதை சொல்லி மறுப்பதனை அவதானிக்கலாம். இப்பொழுது என்ன செய்ய வேண்டும். அடுத்து என்ன செய்ய வேண்டுமென சிறுமிக்கு கட்டளை இடுகிறார். மற்றமைகளுக்கு எது சிறந்தது எது நல்லதென தான் தீர்க்கமாய் அறிந்தவரெனும் தோரணையை பிரதிக்குள் நிலை நிறுத்துகிறார் போலும். ஏனென்றால் கவிதை உயிரிகளிடம் கவிதை சொல்லியின் ஏவலுக்கு எந்த புகாருமில்லை. எதிர்ப்பும் இல்லை. கவிதை சொல்லி பிரதியின் எல்லைக்குள் மீஉயர் அதிகாரம் பொருந்தியவராகத் திகழ்கிறார். அடுத்த பிரதியில் இன்னொரு கவிதை சொல்லி தனது அதிகாரத்தினை எப்படிப் பயிற்சி செய்கிறாரெனப் பாருங்கள்:

பூஜ்ஜியம்

"தரைகள் கீழே விழுந்து கிடக்கின்றன."

வரைபவன் மரத்தை தத்ரூபமாக வரைகிறான்.
இலைகள் தத்ரூபப் பச்சை..
அருகில் போனால் சலசலப்பு கேட்கிறது.
கேட்கிறதா?
பறவை இரண்டை கிளையில் நிறுத்து.
எப்படியென்றால்? வரைந்துதான்.
தூரிகை வெள்ளை நிறம் தொட்ட பொழுது
கவனக்குறைவாய் பட்ட வெள்ளைத் தீற்றல்.

திருத்தாதே அதை.
பறவையின் எச்சமாய்க் கருதக் கேட்போம்.
வரைபவளின் கருத்தச் சேலை
மரத்தின் தடிமனான கிளையில் மாட்டுகிறது.
ஒன்றுக்குக் கீழ் தொங்கும் பூஜ்ஜியத்திற்குள் தலையைவிட்டு
நேர்கோட்டை இன்னும் ஐந்தரை அடி கீழே இழுத்துவிடு
பெண்ணே...
தூக்கிட்டுத் தொங்கும் பெண்ணே.
ஆண் மரம் கனி கொடுக்கவியலாதுவே.
உன் கழுத்துக்குக் கீழே.. சட்டெனப் பார்.
உன் உள்ளங்கை கொள்ளுமளவிற்கு
இரண்டு மிருதுவான கனிகள்.

வரைபவனை சுயமாக இயங்கவிடாமல் அவனுக்கு ஏவல் செய்துகொண்டுவரும் கவிதை சொல்லி, தூக்கிட்டுத் தொங்கப் போகும் பெண்ணிடம் கூட தனது விருப்பதை ஏவி தன் மீஉயர் அதிகாரத்தை உறுதிசெய்து கொள்கிறார்.

இன்னுமொரு பிரதியில் வைக்கப்பட்டிருக்கும் கவிதை சொல்லி, அவரது பணிவிடையின் நிமித்தம் வேலைக்கு அமர்த்தப் பட்டிருப்பவர்களாக கவிதை மனிதர்களைப் பயன்படுத்துவதைப் பார்க்கலாம்.

கம்பளம்

நீ ஆட்டை வரைவதை நிறுத்து
இரவெல்லாம் தலைமாட்டில்
மே.. மே.. வெனக் கத்துகின்றன அவை.
மணக்கும் காப்பிக் கொட்டைகளோடு கலக்கின்றன
அவற்றின் புழுக்கைகள்.
(வேண்டாம் காப்பி கலக்காதே யெனக்கு)
சரி.. சரி.. குளிர்காலம் வருகிறது.
இன்னும் இன்னும் கொஞ்ச சுருள்... சுருள் முடி ஆடுகளை
வரை.
கம்பளமாகட்டும் அவை.

இம்மூன்று பிரதிகளிலும் உள்ள கவிதை சொல்லிகள், பிரதியின் எல்லைக்குள் கவிதை மனிதர்களின் / உயிரிகளின் சுய இயங்குதலை மறுப்பதிலும் – தங்களது விருப்பை மற்றமைகளில் ஏற்றி அதிகாரத்தை பயிற்சி செய்து கொள்வதிலும் மூவரும் ஒரு வட்டத்திற்குள் வருவதாக இருந்தாலும், மூவரினதும் அதிகாரம் செலுத்தும் தன்மை வேறுபட்டிருப்பதனை மறுப்பதற்கில்லை.

06

நவீன கவிஞர்களுடன் செய்ய வேண்டிய இயற்கை-ஒப்பந்தம்

ஒவ்வொரு பிரதியின் எல்லைக்குள்ளாகவும் ஒரு தனித்த சூழல் ஆசிரியரால் கட்டமைக்கப்படுகிறது. அச்சூழலுக்குள் இயங்கும் படியாக பிரதிஉயிர்களும் உயிரிலிகளும் வைக்கப்பட்டிருக்கும். அப்பிரதிக்குள் அவைகள் இயங்குவதற்கான புதிய தர்க்கங்களும் எதார்த்தமும் உற்பத்திசெய்யப்பட்டிருக்கும். அதனால்தான் 'கண்ணெதிரே புன்னகைத்து நிற்கும் அலறி மரம்' என கவிதைக்குள் வரும் பொழுது, மரம் எப்படி புன்னகைக்கும்? இது தவறாக எழுதப்பட்டிருக்கிறதே எனச் சொல்வதில்லை. அது அப்பிரதிக்குள் கட்டமைக்கப்பட்டிருக்கும் எதார்த்தம்.

பிரதிக்குள் வைக்கப்படும் உயிரிகள் மற்றும் உயிரிலிகளுடன் இழைத்து பிரதிக்கான சம்பவங்கள் வளர்த்தெடுக்கப்படும் போது, அச்சம்பவச் செயல்களுக்குள் பிரதிக்கான தர்க்கமும் கட்டமைக்கப்பட்டு இயக்கமுறுகிறது. அச்சம்பவத்தை விபரித்துக் கொண்டு கவிதை சொல்லியும் அப்பிரதிக்குள் இயங்குகிறார்.

தமிழ் இலக்கியப் பரப்பில் குவிக்கப்படும் அத்தனை கவிதை களிலும், வெறும் விபரிப்பாளராக மாத்திரமே கவிதை சொல்லிகள் இருந்துவிடுவதில்லை. கவிதை சொல்லிகள் தான் பெரும்பாலான கவிதைகளிலும் முக்கிய கவிதை உயிரியாக இயங்க வைக்கப் பட்டிருப்பார்கள். ஏனென்றால், தமிழில் கவிதை எழுதுபவர்கள் பெரும்பாலும், கவிதையை விபரிப்பதற்கென பிரதிக்குள் ஒரு கவிதை சொல்லியை உருவாக்க வேண்டுமெனும் பிரஞ்சையுடன் எழுத ஆரம்பிப்பதில்லை. நான் எழுதுகிறேன் எனும் பிரஞ்சையிலேயே எழுதுகிறார்கள். சுயஅனுபவத்தைச் சொல்லவே எழுதுகிறார்கள். அதில் எந்தத் தவறும் இல்லை. இங்கு நாம் வாசிப்பை நிகழ்த்திப்

பார்க்கப் போகும் கவிதைப் பிரதியிலும் அலறி மரத்துடன் இணைந்து இயங்கியிருப்பது அப்பிரதியிலுள்ள கவிதைசொல்லிதான். கவிதைப் பிரதிகளில் கவிதை சொல்லியும் பிரதானமாக இயங்குவதால், அவர் பிரதிக்குள் வைக்கப்பட்டிருக்கும் மற்றமைகளை (ஏனைய உயிரிகளை) என்னவாக விபரிக்கிறார், எப்படிக் கையாள்கிறார் என நெருங்கி வாசிப்பது அவசியம். சரி, கவிதை வாசிப்பிற்குள் நுழைவோம்.

முற்றத்து அலரியின் கதை

காலையிலே
கதவைத் திறந்தால் கண்ணெதிரே சிவப்பாக
நிற்கின்ற அலரியுடன் நெருக்கம் எனக்குண்டு.

பரட்டை விரித்து பார்ப்பதற்குத் தேவதைபோல்
வளர்ந்து எத்தனையோ வயதுகளை விழுங்கிவிட்ட இதற்கும்
எனக்கும்
உள்ள இரகசியம் ஒருவருக்கும் தெரியாது.

சொல்கின்றேன்:
நமக்குள் இருக்கட்டும் நாய்நரியும் அறியாமல்.

சின்ன வயதில் சட்டையின்றித் தெருவெல்லாம்
அலைந்து புழுதி அழைந்து திரிகையிலே
ஒருநாள்
தூரத்து
வீடொன்றில் மாங்கன்றாய் வளர்ந்து துளிர்விட்ட
இதனைப் பார்த்தவுடன் இதயத்தைப் பறிகொடுத்து
அன்றேதான்
செக்கலுக்குள்
களவாகப் பிடுங்கிக் கொண்டுவந்து நட்டேன்.

கேளுங்கள்:
நீரூற்றி
எருவிட்டு
நண்பர்கள் குருத்தை நோண்டுங்கால் தலையிட்டு
கண்ணைப்போல் இதனைக் காத்த சுவையான
கெட்டித் தனமுள்ள கதைகள் ஏராளம்.

எனவேதான்;
கதவைத் திறந்தால் கண்ணெதிரே புன்னகைத்து
நிற்கின்ற அலரியுடன் நெருக்கம் உண்டென்றேன்.

ஆனாலும்;
இப்போது
அன்று இதிலிருந்த ஆசை எனக்கில்லை.

மாடு கடித்து மரத்தினேயே தின்றாலும்,
வேரோடு யாரும் வெட்டி எறிந்தாலும்,
விருப்பந்தான்.
ஏனென்றால் ...

பூமரத்தை நெஞ்சினிக்க ரசிக்க நிம்மதியே இன்றில்லை!
-சோலைக்கிளி-

மேலுள்ள கவிதைப் பிரதியில், தனது வீட்டு முற்றத்தில் நிற்கும் அலறி மரத்தை வாசகர்களுக்கு அறிமுகப்படுத்துகிறார். அவர் எப்பொழுது கதவைத் திறந்தாலும் அவரைப் பார்த்துப் புன்னகைக்கிறதாம். அது தலையை பறட்டையாய் விரித்து தேவதை போல் தெரியுமாம். பலவருடங்களாக அவரது வீட்டு முற்றத்தில் வளர்ந்து நிற்கும் அலறியுடன் இவருக்கு நெருக்கமும் யாருக்கும் தெரியாத ரகசியமும் உண்டென வாசகர்களுக்கு மட்டும் அதனைச் சொல்கிறார். தனது சிறு வயதில், இன்னொரு வீட்டில் இந்த அலறி, கன்றாய் நின்றதைப் பார்த்து அதன் அழகில் மயங்கி அந்த வீட்டுக்காரருக்குத் தெரியாமல் களவாடி வந்ததுதான் அந்த ரகசியம். அதனை தனது வீட்டில் நட்டு, அதற்கு எந்த ஆபத்தும் வராமல் கண்ணும் கருத்துமாக பாதுகாத்து வந்ததால் அதனுடன் நெருக்கம் ஏற்பட்டதாம்.

மேலே சொன்னது அனைத்தும் அவர் அடுத்து சொல்ல வருவதற்கான பீடிகை. அதாவது, இவ்வளவு கண்ணும் கருத்துமாக வளர்த்து நெருக்கமும், ஆசையும் கொண்டு ரசித்து வந்த அலறியைக் கூட ரசிப்பதற்கான நிம்மதி இப்பொழுதெல்லாம் வாய்ப்பதில்லையாம். எந்தளவுக்கு நிம்மதியை இழந்திருக்கிறார் என்றால்: அதன் மீதிருந்த ஆசையே இல்லாமல் போய், அதற்கு எக்கேடு நேர்ந்து அழிந்து போனாலும் சரி என முடிவுக்கு வருமளவு நிம்மதியில்லை என்பதனையே பிரதானப்படுத்தி முன்வைக்கிறார்.

தான் எந்தளவு நிம்மதி அற்றிருக்கிறேன் என்பதைச் சொல்வதுதான் இப்பிரதி கொண்டிருக்கும் பிரதான லீட்.. இதனைச் சொல்வதற்கு உருவாக்கப்பட்டிருக்கும் கவிதைச் சூழலில், அலறி மரமானது கவிதை சொல்லியால் எப்படிக் கையாளப்பட்டிருக்கிறது என்பதன் மீது அதிகம் அக்கறை கொள்ள வேண்டி இருக்கிறது.

மேலுள்ள பிரதியில் வைக்கப்பட்டிருக்கும் கவிதை சொல்லி, சிறு வயதில் கன்றாக நின்ற அலறியை ரசித்து, அதன் அழகில் மயங்கி, அது நின்ற வீட்டிலிருந்து களவெடுத்து வருகிறார். அவரின் இச்செயல் குறித்து எந்தக் கவலையும் அவருக்கில்லை. எனக்குப் பிடித்திருந்தது பிடிங்கிக் கொண்டு வந்தேன். ஆசையாசையாக பாதுகாத்து வளர்த்தேன். எனக்கும் அதுக்கும் இடையில் நல்ல நெருக்கம் ஏற்பட்டது. அதனை ஒரு தேவதையாக ரசித்து வந்தேன். ஆனால் இன்று அதனை ரசிப்பதற்கு மனதில் நிம்மதியில்லை. அதன் மீதிருந்த ஆசையும் நெருக்கமும் இல்லாமல் போய்விட்டது. இனி அதற்கு என்ன நடந்து அழிந்து செத்தாலும் சரிதான். நான் ஏறெட்டும் பார்க்கப்போவதில்லை. ஏனென்றால், நான் தான் அதனை இப்பொழுதெல்லாம் ரசிப்பதில்லையே என சொல்கிறார்.

இங்கு 'தனது ரசித்தலை' வேறொருவரின் வீட்டிலிருந்து அலரியை களவாகப் பிடுங்கி வருவதற்கான நியாயமாகவும், அதன் இருப்பின் மீது அக்கறை கொள்வதற்கும் கொள்ளாமல் இருப்பதற்குமான தர்க்கமாகவும் கவிதை சொல்லி கொண்டிருப்பதை அவதானிக்கலாம். தனது ரசித்தலை மய்யத்திற்குக் கொண்டு வந்து அலறியை ஓரங்கட்டிவிடுகிறார். இங்கு அவரது ரசித்தல் தான் அலரியின் இருப்பைத் தீர்மாணிக்கிறது. அலறி மரத்திற்கான ஒரு சுயஇருப்பு இருக்கிறது என்பது கவிதை சொல்லியால் பிரதிக்குள் மறுக்கப்பட்டிருக்கிறது. இங்கு கவிதை சொல்லி கொண்டிருக்கும் வன்முறையான மனோநிலைதான் அல்லது தர்க்க நியாயம்தான் நமது வெளிச்சூழலிலெங்கும் இயங்குகிறது.

மனிதர்கள் வரலாறு நெடுகிலும் தன்னைச் சூழவிருக்கும் மனிதமற்றவைகள் ஒவ்வொன்றையும் தனது பயன்பாட்டுப் பொருளாகவே புரிந்துகொண்டும் வகைப்படுத்தியும் பயன்படுத்தியும் வருகிறார்கள். மனிதர்களுக்குப் பயன்படுபவைகளின் இருப்பு அக்கறை கொள்ளப்பட்டும் ஏனையவைகளின் இருப்பு பற்றியோ அவைகளுக்கு மனித செயற்பாடுகளால் நேரும் விபரீதம் பற்றியோ சிந்தை கொள்ளா நிலை தான் எங்கும் விரவிக்கிடக்கிறது. இந்த மனிதமய்ய சிந்திப்பானது, மற்றமைகளின் இருப்பினை இன்று அழிவுநிலைக்கு கொண்டுவந்து

சேர்த்திருக்கிறது. அவைகளது அழிவின் விளைவாக நிகழ்ந்தேறிவரும் அனர்த்தங்களை இன்று மனித குலம் எதிர்கொள்ள வேண்டிய நிலை உருவாகிவிட்டிருக்கிறது. எனவேதான் இன்று பல அமைப்புகளும் மனிதமற்றமைகளின் இருப்பின் மீது அக்கறை கொண்டு செயல்பட்டு வருகின்றன. ஆனால், இந்த அக்கறையும் கூட அவைகளையும் சுய தன்னிலை கொண்டவைகளாகக் கருதாமல் அவைகளைப் பயன்படு பொருளாக அணுகும் கருத்துநிலை சார்ந்ததுதான். அவைகளை அக்கறை கொள்ளாது போனால் மனிதர்களாகிய நமது இருப்பு அச்சுறுத்தலுக்கு உள்ளாகி அழிந்துவிடும் எனும் மனிதமய்ய சிந்தனைதான் இங்கும் இயங்குகிறது.

ஒவ்வொரு உயிரியும் தன்னளவில் இருப்பிற்கான சகல நியாயங்களையும் கொண்டே இருக்கிறது. அது போதாதா, அவைகளின் மீது அக்கறை கொள்ள? மரங்களை வளர்ப்போம். ஏனெனில் என்று அடுக்கும் நியாயங்கள் அனைத்தும், நமக்கு மரம் வளர்ப்பதால் கிடைக்கும் பிரயோசனங்களின் பட்டியலாகவே இருக்கும். நாம் மரம் வளர்ப்போம். ஏனெனில், அது மழை தரும். நிழல் தரும். சுற்றுச்சூழலை தூய்மைப் படுத்தும். அழகுபடுத்தும். சுவாசிப்பதற்கான ஒட்சிசனைப் பெருக்கும் என அப்பட்டியல் நீள்வதை அவதானிக்கலாம்.

நாம் மரங்களைப் பாதுகாப்போம். ஏனைய உயிரிகளும் வாழ்வதற்கான இடத்தை விட்டுவைப்போம். ஏனெனில், அவைகளும் இருப்பிற்கான அத்தனை நியாயங்களுடனும் தான் இருக்கிறது என்ற புரிதலை நாம் எப்பொழுது நெருங்கப் போகிறோம்? அவைகளையும் வித்தியாசங்கள் நிறைந்த தன்னிலைகளாக *treat* பண்ண இன்னும் பழகவில்லை என்பதைத்தான் சொல்கிறேன்.

மனிதமற்றமைகளான உயிரிகளையும் உயிரிலிகளையும் தங்களின் தேவைக்காக அதிகம் பயன்படுத்தும் எழுத்துச் செயற்பாட்டாளர்கள் நவீன கவிஞர்கள் தான். அவர்களின் கவிதைகளே அதற்கு சாட்ச்சி. அவர்களைப் பொறுத்தவரை, சுற்றுச் சூழலில் உள்ள மற்றமைகள் எல்லாம் ரசனைக்குரியவை. அழகுபடுத்தலுக்கு உரியவை. அவர்களால் பரிதாபம் காட்டப்படுவதற்கு உரியவை. அவைகளினடியாக அவர்களின் மனதில் கவிதைகளைக் கிளர்த்துவதற்கு உரியவை. அவர்களின் கவிதைப் பிரதிகளும், அதில் வைக்கப்படும் கவிதை சொல்லிகளும் மனிதமற்றவைகளை தங்களைப் போன்ற சுயதன்னிலை கொண்டவைகளாக அணுகும் போக்கைக் கொண்டிருப்பதில்லை.

புறச்சூழலில், மற்றமைகளை மனிதர்கள் பயனிலைப் பொருளாகக் கொண்டு தங்களின் வேலைகளை செய்விப்பதில் அல்லது அவைகளிடமிருந்து வேலை வாங்குவதில் நடைமுறைச் சாத்தியமற்ற தடைநிலைகள் உண்டு. ஆனால், மொழியில் எதையும் நிகழ்த்திக்காட்ட மொழி வாய்ப்பளிக்கிறது எனும் விசயமானது, அத்தடைநிலைகளையும் இல்லாமல் செய்து விடுகிறது. இது மற்றமைகளை தங்களின் தேவைக்காகப் பயன்படுத்தும் நிலையை கவிஞர்களிடம் அபரிமிதப்படுத்திவிடுகிறது.

"அவள் ரசிக்கும் வண்ண மீன்கள்
என் மனதால் செய்தவைகள்
அதில் ஏறிவைத்த
என் காதலைச் சுமந்தபடி
அவளை வளைய வருகின்றன."

எனச் சொல்வது, புறச்சூழலில் செய்துகாட்ட சாத்தியமற்ற செயல். ஆனால் கவிதைக்குள் அது சாத்தியாமாகிவிடுகிறது. மொழி கொடுக்கும் இந்த இயலுமையைக் கொண்டு, மற்றமைகளை தங்களின் தேவைக்காக பயன்படுத்துவதிலேயே கவிஞர்கள் கவனம் செலுத்தி வருகின்றனர். இந்தப் பிரதியை வாசித்துப் பாருங்கள்:

என்னிடம் ஒரு
சிட்டுக் குருவி உண்டு
அது
சிறகைப் பட படவென அடிப்பது போல்
அது
அவசரமாகத் தலையைத் திருப்புவது போல்
சிரித்துக் கொன்டு பேசும் அவள்
குழந்தையை சற்று நேரம்
அழாமல் பார்த்துக் கொள்ள
தொட்டிலின் கம்பில் அதை
நடக்கவிட்டுச் செல்கிறேன்.

-அஹுமது ஃபைசல்

இப்பிரதியிலுள்ள கவிதை சொல்லி குருவியிடம் வேலை வாங்குகிறார். அவரிடமுள்ள குருவி, அதன் விருப்பத்துடன் அதுவாக முன்வந்து அவ்வேலையைச் செய்வது வேறு விசயம். அது ஏற்கமுடியுமானதுதான். ஆனால், அதன் விருப்பு வெறுப்பு பற்றி அக்கறை கொள்ளாமல் அதனிடம் வேலை வாங்குவது வன்முறையான விடயம்.

தமிழில் மட்டுமல்ல, உலகின் எந்த மொழிகளிலும் கவிதைகளில் வைக்கப்படும் மனிதமற்றவைகளின் நிலை பெரும்பாலும் இப்படிப்பட்டதுதான். மனிதமற்றவைகளையும் தங்களைப் போல் சுயதன்னிலை கொண்டவைகளாக கருதும் பிரஞ்சையை கவிஞர்களிடம் உருவாக்க, அவர்களுடன் ஒரு ஒப்பந்தந்தை மேற்கொள்ள வேண்டும். கவிஞர்களுக்கும் மனிதமற்றவைகளுக்கும் இடையில் மேற்கொள்ள வேண்டிய ஒரு ஒப்பந்தமே அது. அது தங்களையும் சுயதன்னிலை கொண்டவைகளாக மதித்து *treat* பண்ணுவதை நிபந்தனையாகக் கொண்டு கவிஞர்களுடன் அவைகள் போடும் ஒப்பந்தம்.

இப்படியான ஒரு ஒப்பந்தந்தைத்தான் மிஷல் செர் (*Michel Serres*) எனும் சிந்தனையாளர் 1990 காலப்பகுதியில் உலகுக்கு அறிமுகப்படுத்தினார். அவர் முன்வைத்த ஒப்பந்தம் தான் இயற்கை ஒப்பந்தம் (*Nature contract*).

நாடுகளுக்கு இடையில் நிகழும் சர்வதேச ஒப்பந்தங்கள் பற்றி நமக்குத் தெரியும். நிறுவனங்களுக்கு இடையிலான ஒப்பந்தங்கள், தொழில் நிமித்தமனா ஒப்பந்தங்கள், சொத்துரிமம் தொடர்பான ஒப்பந் தங்கள் எனப் பலவகையான ஒப்பந்தங்களை நாம் எதிர்கொள்ளவே செய்கிறோம். இந்த ஒப்பந்தங்கள் எல்லாம் இரண்டோ அல்லது இரண்டிற்கு மேற்பட்ட தரப்பிற்கு இடையில் இடம்பெறுகின்றன. மனிதர்களுக்கு இடையில் நிகழும் இந்த ஒப்பந்தங்களுக்கு இருதரப்பைச் சார்ந்தவர்களும் பிரசன்னமாகி கைச்சாத்திட்டுக் கொள்கின்றனர்.

ஆனால், இயற்கை ஒப்பந்தந்தில் இயற்கையின் தரப்பிலிருந்து அவைகளின் சார்பில் யார் கைச்சாத்திடுவது? யார் அவைகளைப் பிரதிநிதித்துவப்படுத்துவது? அவைகளிடம் இப்படியான ஒப்பந்தத் திற்கான நோக்கம் இருக்குமா? போன்ற கேள்விகள் உங்களிடமும் உருவாகக் கூடும். அதற்கான பதில்கள் என்னிடமில்லை. ஆனால், இப்படியான இயற்கை ஒப்பந்தம் எனும் கருத்தமைவானது, மனிதமற்றவைகளையும் தங்களைப் போன்ற சுய தன்னிலை கொண்டவைகளாகக் கருதப்படுவதற்கான பிரஞ்சையை முன் நிபந்தனைப் படுத்துகிறது. இயற்கைச் சூழலில் உள்ள ஒட்டுமொத்த உயிரினங்களும் நிலங்கள், நீர்நிலைகள், காற்று, மலைவளங்கள் போன்ற உயிரிலிகளும் தன்னிலைகளாக ஏற்கப்பட வேண்டிய உணர்வையும் அவைகளையும் மதித்து நடக்கும் மனோநிலையையும் ஏற்படுத்துகிறது.

இன்று பல உயிரினங்களும் உயிரிலிகளும் வளங்களும் சட்டத் தன்னிலைகளாக ஏற்கப்பட்டிருக்கின்றன. நீங்கள் குறிப்பிட்ட மரங்களை உங்களுக்குச் சொந்தமான நிலத்தில் இருந்தாலும் வெட்ட முடியாது. பல மிருகங்களை பறவைகளை வேட்டையாட முடியாது, செல்லப்பிராணிகளாக கூண்டுக்குள் அடைத்து வைக்க முடியாது. மணல் மேடுகளில் நினைத்தது போல் மணல் அள்ள முடியாது. நீர்நிலைகளை மாசுபடுத்த முடியாது. சட்டம் அவைகளுக்கான பாதுகாப்பை வழங்குகிறது அல்லது உறுதிப்படுத்த முயற்ச்சிக்கிறது.

இன்றிருக்கும் நம் புறச்சூழலில், மிருகங்கள் தொந்தரவுக்கு உள்ளாக்கப்படும் போது அல்லது வதைக்கப்படும் போது அத்தகைய செயல்களை எதிர்த்துப் பேசவும் சட்ட நடவடிக்கைகள் எடுக்கவும் பல அமைப்புக்கள் உண்டு. அந்த அமைப்புகளில் ஒன்றிரண்டையாவது நம் கவிஞர்களின் பிரதிகளுக்குள் அனுப்பி வைக்க வேண்டும்.

07

ஜெமீலின் குழந்தைக் கவிதை கொண்டிருக்கும் குளறுபடிகள்

*காக*மும் நரியும் பற்றிய கதைப்பிரதி நமக்கு நன்கு பரீட்சயமான ஒன்று. இந்தக் கதைப்பிரதியில் பல மாறுதல்கள் செய்யப்பட்ட பல versionகள் இன்று புழக்கத்தில் உள்ளன.

வடை சுட்டுக் கொண்டிருக்கும் பாட்டியின் தட்டிலிருந்து வடையொன்றைத் தூக்கிக் கொண்டு வந்து மரத்தில் அமரும் காகம்தான், சிறுபராயத்தில் நான் கேட்ட கதை. இங்கு காகம் திருடும் செயலைச் செய்வதாகவும் குழந்தைகளுக்கு இது தவறான அறத்தைப் போதிக்கிறது என்பதாகவும் விமர்சித்து, அதில் பிறகு மாற்றம் செய்துள்ளார்கள். அப்படியான ஒரு மாற்றத்தின்படி, பாட்டி வடைசுடும் இடத்திற்கு வரும் காகத்திடம், அந்தப் பாட்டி உரையாடுவதாகவும் அந்தக் காகம் மரக்குச்சிகளை பொறுக்கி வந்து விறகிற்காக பாட்டியிடம் கொடுத்து வடையொன்றை பெற்றுக் கொள்வதாகவும் அமைத்தார்கள். அதனூடாக உழைத்தே உண்ண வேண்டும் எனும் அறத்தைப் போதிக்கிறோம் என்கிறார்கள்.

குழந்தைகளுக்கு உழைப்பைப் போதிக்க வேண்டும், தவறான அறம் எனக் கதையாடப்படும் களவை போதிக்கக் கூடாது போன்ற படிப்பினைகள் ஒரு பக்கம் இருக்கட்டும். இங்கு நான் தொந்தரவு செய்ய முனைவது "களவெடுக்காத காகம்", "உழைக்கும் காகம்" போன்ற கருத்தமைவுகளை.

பறவைகள், விலங்குகள் போன்ற மனித இனம் தவிர்ந்த ஏனைய உயிர்த் தன்னிலைகள், மனித இனத்திற்கு முன்பிருந்தே வாழ்ந்து வருபவைகள். மனித இனமானது விவசாயம், கால்நடை வளர்ப்பு, குடும்பம் போன்றவைகளுக்குள் இயங்கத் துவங்கியதிலிருந்து, அனைத்து உயிரிகளுக்கும் பொதுவில் இருந்த இயற்கை வளங்கள்

மீதான உரிமை கோருதலும் சொத்துக் குவிப்பும் துவங்கியது எனலாம். அங்குதான் 'களவு' எனும் கருத்தமைவு உருவாகி இருக்கக் கூடும். அதாவது, பொதுவில் இருந்த வளங்கள் தனியுடமை ஆன பிறகுதான் களவு என்பது புழக்கத்திற்கு வந்திருக்கும். ஆத்தோரத்தில் பொதுவில் இருக்கும் மாமரத்திலிருந்து எவரும் மாங்காய் பறிக்கலாம். அப்படிப் பறிப்பவர்களை எவரும் களவு செய்கிறார் எனச் சொல்வதில்லை. மாறாக, ஒருவர் சொந்தம் கொண்டாடும் காணியின் எல்லைக்குள் நுழைந்து (தனிச் சொத்துரிமை வந்த பிறகு, இது வெறும் நுழைவு கிடையாது; இதனைக் குறிக்க அத்துமீறல் எனும் சொல் புழக்கத்திற்கு வந்திருக்கிறது) அங்கிருக்கும் மரத்திலிருந்து மாங்காய் பறித்தால் தான் அது களவு எனச் சொல்கிறோம்.

ஏன் இதனை விபரிக்கிறேன் என்றால், பொதுவில் இருந்த வளங்களை எல்லையிட்டு உரிமை கொண்டாடியதும் மனித சமூகம் தான். அதனடியாகக் களவு எனும் கருத்தமைவை உருவாக்கியதும் அதைத் தவறு என வரைசெய்ததும் மனித இனம் தான். மனித இனத்தைத் தவிர்ந்த ஏனைய உயிரிகளுக்கு களவு எனும் மனிதமய்ய அறம் இருப்பதில்லை. அவைகள் எந்த வளத்திற்கும் நிலையான தனியுரிமை கோருவதும் இல்லை.

இங்கு அக்கதைப் பிரதியில் காகம் களவு செய்வதாக அடையாளம் கண்டவர்கள், அதற்குப் பகரமாக இன்னொரு காகத்தைக் கொண்டு வந்து அதனிடம் உழைப்பைக் கோருகிறார்கள். நம்மத்தியில் புழங்கும் 'உழைப்பும்' மனித இனம் கண்டுபிடித்ததுதான். பறவைகள், விலங்குகளை எல்லாம் நாம் மனிதமய்ய அறத்திற்குள் இழுத்து வருவதும், அவ்வறத்தை அவைகளின் மீது திணிப்பதும் வன்முறை என்றறிக.

காகங்களிற்கும் ஒருவேளை 'அறமும் உழைப்பும்' இருக்குமென்றால், பறந்து வந்து வடையைத் தூக்குவதுதான் அதன் உழைப்பாகவும் பசி தான் அதன் அறமாகவும் இருக்கும்.

வாசிப்பிற்கென எடுத்துக் கொள்ளும் ஜமீலின் கவிதைப் பிரதியுடன் இடைவினையாற்ற, மேற்கூறிய விபரிப்புகளும் புரிதல்களும் நமக்குத் தேவைப்படுகிறது. ஏனென்றால், இக்கவிதைப் பிரதியானது 'காகமும் நரியும்' கதைப் பிரதியை பிரதான ஊடிழைப் பிரதியாகக் கொண்டே பின்னப்பட்டிருக்கிறது.

கதைப் பிரதியை
கிழித்து எறிந்த சிறுமி

காகமும் நரியும் கதைப் பிரதியை
முழுமையாக வாசிக்காமல்
வடையை அலகில் இடுக்கியபடி நடிக்கும்
காகத்தைக் கண்ட சிறுமி
எப்படியாவது வடையை மீட்டுவர
தாமதியாது கதைக்குள் சென்றாள்
தந்திரங்களைக் கையாண்டு பலிக்காமல் போக
புத்தகத்தை மூடி வெளியேறி
மீண்டும் கதையை முழுமையாக வாசித்த போது
கதையின் முடிவின் பிரகாரம்
வடை நரிக்குத்தான் கிடைக்கும்
என்பதை உணர்ந்த சிறுமி
தனது ஆத்திரம் அடங்கும் வரை
பிரதியையும் நடிக்கும் பாத்திரங்களையும்
அப்படியே கிழித்து கசக்கி எறிந்து விட்டு
நேற்று எனது வடையை பறித்துச் சென்ற
காகத்தையும் அதன் பின்னணியில் உள்ளவர்களையும்
பூண்டோடு அழித்துவிட்டதாகச் சொன்னாள் சிறுமி.

-ஜமீல்

இந்தக் கவிதைப் பிரதிக்குள் ஒரு சிறுமி வைக்கப்பட்டிருக்கிறாள். அவள் குறிப்பிட்ட செயல்களைச் செய்யும்படி இயங்கவைக்கப் பட்டிருக்கிறாள். அவளின் செயல்களை விபரிப்பதற்கும், அவள் செய்ததாகச் சொல்வதை கேட்பதற்கும் மட்டுமே ஒரு கவிதை சொல்லியும் வைக்கப்பட்டிருக்கிறார்.

இக்கவிதையில் தரப்பட்டிருக்கும் தகவல்களின் பிரகாரம், நேற்று சிறுமி வைத்திருந்த வடையொன்றை ஒரு காகம் பறித்துச் சென்றிருக்கிறது. மறுநாள் அந்தச் சிறுமியிடம் 'காகமும் நரியும்' கதைப்பிரதி கிடைக்கிறது. அக்கதைப் பிரதியில் உள்ள காகமானது வடையொன்றைக் கவ்விக் கொண்டிருப்பதைக் கண்டதுமே அக்கதைக் குள் நுழைந்திருக்கிறாள் சிறுமி. கதையினுள்ளே சென்று அது வைத்திருக்கும் வடையைப் பெற பலதும் செய்து பார்த்திருக்கிறாள். முடியாமல் போகிறது.

இங்கு நாம் இடையீடு செய்துபார்க்க வேண்டிய ஒரு விடயம் உண்டு. பறவை இனங்களுக்குள் காகங்களும் ஒரு இனம். ஆனால் காகங்கள் அனைத்தும் ஒன்று அல்ல. ஒவ்வொரு காகமும் ஒவ்வொன்று.

சிறுமியின் வடையைப் பறித்ததாகச் சொல்லும் கூற்றில் வரும் காகமும், 'காகமும் நரியும்' கதைப்பிரதியில் வரும் காகமும் ஒரே காகம்தான் எனும் விபரிப்பை இக்கவிதைப்பிரதி கொண்டிருப்பதில்லை. அந்தச் சிறுமி நேற்று வைத்திருந்த அதே வடையைத் தான் இந்தக் காகமும் வைத்திருக்கிறது எனும் விபரிப்பும் இந்தக் கவிதைப் பிரதியில் இல்லை. ஆனால் அச்சிறுமி, காகமும் நரியும் கதைப்பிரதிக்குள் நகர்த்தப்படுகிறாள். அந்த வடையை மீட்டெடுக்கும்படி இயங்கவைக்கப்படுகிறாள்.

இதனை ஏன் இங்கு கவனப்படுத்துகிறேன் என்றால், ஒருவர் செய்யும் தவறை அவர் சார்ந்திருக்கும் ஒட்டுமொத்த சமூகத்தின் மீதான குற்றமாகப் பார்க்கும் பார்வைகள் தான் நம் சமூக மய்யநீரோட்டப்பரப்பு கொண்டிருக்கிறது. முஸ்லிம் சமூகத்தை சார்ந்திருக்கும் எவரோ குண்டு வைத்ததற்காக முஸ்லிம் பெயரில் இருக்கும் இன்னொருவரின் சட்டையைப் பிடித்து கேள்வி கேட்பதையும் ஒடுக்குவதையும் அவதானிக்கவே செய்கிறோம்.

பள்ளிவாயலில் விடுதலைப் புலிகள் தாக்குதல் செய்த தகவலைக் கேள்விப்பட்டதுமே, இலக்கிய உரையாடலில் கலந்து கொண்டிருந்த தமிழினத்தைச் சேர்ந்த எழுத்தாளரை ,முஸ்லிம் இனத்தைச் சேர்ந்த இலக்கிய செயற்பாட்டாளர் அடிக்கப் பாய்ந்த சம்பவங்கள் எல்லாம் ஈழத்து இலக்கிய வரலாற்றில் உண்டு.

உங்களின் ஃபோன் ஒரு சிங்களவரால் களவாடப்பட்டிருக்கிறது என வைத்துக் கொள்ளுங்கள். இன்னொரு சிங்களவர் அவரிடமுள்ள ஃபோனில் பேசிக்கொண்டிருப்பதைப் பார்த்ததும், அவரிடம் போய் 'என்ட ஃபோனத் தாடா' என்று கேட்பது எவ்வளவு வன்முறையான விடயமோ அத்தகைய ஒன்றுதான் வடையை வைத்திருக்கும் காகத்திடம் சென்று அதன் வடையை மீட்க முனைவது.

நமக்குத் தெரிந்த 'காகமும் நரியும்' கதையின் படி, அதன் முதற் பகுதியில் ஒரு பாட்டி வருவார். அவர் வடை சுட்டுக் கொண்டிருப்பார். அவரிடமிருந்தே காகம் வடையைக் கொண்டு வந்திருக்கும். இந்தக் கவிதைப் பிரதியில், அந்தச் சிறுமி முதலில், அக்கதையை முழுமையாக வாசிக்காமல் இயங்கவைக்கப் படுகிறாள். பின்பு அக்கதைக்குள் இருந்து வெளியேறி அதனை முழுமையாக வாசிக்கும்படி செய்யப்படுகிறாள். அவள் அக்கதையை முழுமையாக வாசிக்கவைக்கப்பட்ட பிறகும் கூட, காகம் வைத்திருக்கும் வடையானது பாட்டியிடமிருந்து கொண்டுவரப்பட்ட தகவல்களை நோக்கி சிறுமியின் பார்வை நகர்த்தப்பட வில்லை.

அல்லது அவள் வாசிக்கவைக்கப்பட்ட கதையானது, பாட்டி பற்றியோ அல்லது காகம் எங்கிருந்து வடையைக் கொண்டுவந்தது என்பதைப் பற்றியோ விபரிப்புகள் அற்ற ஒரு கதைப்பிரதிதான் என வைத்துக் கொண்டாலும், நேற்று அவளிடமிருந்து பறித்துச் சென்ற காகமும் பறிக்கப்பட்ட வடையும் தான் அந்தக் கதைப்பிரதிக்குள் இருக்கின்றன என்பதை உறுதிப் படுத்தும் விபரிப்புகள் இடம் பெற்றிருக்கி வேண்டுமல்லவா..? வடையை வைத்திருக்கும் ஒரு காகத்தைக் கண்டவுடனேயே அது வைத்திருக்கும் வடைக்கு உரிமை கோரி பிடுங்க முனைவது சிக்கலான விடயம்.

சரி, அந்த சிறுமி நேற்று வைத்திருந்த அந்த வடையை அபகரித்த அதே காகம் தான் அந்தக் கதைப் பிரதிக்குள் நுழைந்து, அந்த வடையை இன்னும் தின்னாமல் கவ்வியபடி அமர்ந்திருக்கிறது என்றே வைத்துக் கொள்வோம். இந்த வாசிப்பு பிரதியின் ஆரம்பப் பகுதியில் குறிப்பிட்ட விசயங்களை இங்கு நினைவு படுத்துகிறேன். பொதுவில் இருந்த வளங்கள் எல்லாம் மனித இனத்தால் வேலிகளும் எல்லைகளும் இடப்பட்டு, சொந்தம் கொண்டாடப்படுவதற்கு முன்பிருந்தே, மற்றைய உயிரினங்கள் தங்களின் உணவுத் தேவையின் நிமித்தம் அவைகள் மேற்கொண்டு வரும் ஒவ்வொன்றும் அவைகள் கொண்டிருக்கும் அடிப்படையான *survivel* இயல்பூக்கங்கள். அவைகள் மனிதர்கள் கற்பிதம் கொண்டிருக்கும் அறம்களுடன் வாழ்வதில்லை.

சொத்துக் குவிப்பின் அடியாக உருவாக்கிக் கொண்ட களவு எனும் கருத்தமைவை அவைகளின் மேல் திணிப்பதும், அப்படிக் களவு செய்துவிட்டன என்பதற்காக அவைகளைப் பூண்டோடு அழிக்க முனைவதும் கடைந்தெடுத்த வன்முறை.

அக்கதைப் பிரதியை முழுமையாக வாசிக்க வைக்கப்படும் சிறுமிக்கு, அக்கதையின் முடிவாக நரிக்கே அந்த வடை கிடைக்கும் என்பது தெரியப்படுத்தப்படுகிறது. அந்தத் தகவலினூடாக, தன்னுடையது என நம்பும் ஒன்று இன்னொருவருக்குக் கிடைத்தால் கோபம் கொள்ள வேண்டும் என்பது ஊட்டப்படுகிறது. அதனைத் தொடர்ந்து அக்கதைப் பிரதியினையே கிழித்துக் கசக்கி எறியும்படி இயங்க வைக்கப்படுகிறாள். தனது வடையை பறித்துச் சென்ற காகத்தையும் அதன் பின்னணியிலுள்ள நரியையும் பூண்டோடு அழித்து பழிவாங்கிவிட்டதாக கவிதை சொல்லியிடம் சொல்ல வைக்கப்படுகிறாள். அதாவது, தன்னை (மனிதர்களை) ஏமாற்றாத; களவு செய்யாத; மனிதமய்ய அறத்துடன் இயங்கும் விலங்குகளும் பறவைகளும்தான் தான்வாழும் உலகில்

இருக்க வேண்டும். ஏனையவைகளுக்கு இடமில்லை; அவைகள் பூண்டோடு அழிக்கப்பட வேண்டியவைகள் எனும் மனோநிலை கொண்ட சிறுமியைத்தான் இக்கவிதைப்பிரதி கட்டமைக்க முனைகிறது.

இங்கு காகம் என்பது மற்ற மனிதர்களைச் சுட்டும் குறியீடாகத்தான் வைக்கப்பட்டிருக்கிறது என வாசிப்புச் செய்தாலும், களவு செய்தவர்கள் உயிரோடு இருக்கக் கூடாது எனும் மனோநிலை கொண்ட சிறுமியையும் கவிதைச் சூழலையும் தான் இக்கவிதைப் பிரதி கட்டமைக்கிறது என்றே பொருட்கோடல் கொள்ள வேண்டியாகிறது.

08

பிரம்மராஜனின் பிரதியொன்றை இடையீடுசெய்து நகர்தல்

இப்பொழுது
கற்சிலையின் பாரம் உருகிக் கரைந்ததில்
புதியதொரு ஜனனம்.
காற்றைப் போல் மென்மை
அச்சிசுவின் காலெட்டில்.
நேற்று விழுந்த சருகுகள் நீருக்கு
நிறம் தரும்
சுவை மாற
அலைகளும் உறங்காது.
உடனே புதிய ஊற்றுக்களின்
கதவைத் தட்டு.
சற்றுமுன் சிறு விரல்களில் தந்த
மலர்
இபபொழுது வாடும்.
மாற்று புதியதொன்றை மணத்துடன்.
நாளைக்கென்று நீளாத
தெருக்களில் நடக்கவிடு.
பார்வை விரிய பாதை வளரட்டும்.
முன்பே ஒன்றிருந்தால்
உடைந்த கைகள். உளி
கல் துகள். கண்ணீர்.
இடது முலையில் இதழ்கள்.
சக்கரம். நெரிசல். மரங்கள்.
கார்கள். கார்பன் மோனாக்சைட்.
விடியலின் பறவைகளின் குரல்.
எல்லாமே
பளிசென்று ஜ்வலிக்க
கண்முன் எப்போதும் தா.

-பிரம்மராஜன்

இக்கவிதைப் பிரதியில், கற்சிலையிடமிருந்து புதியதொரு குழந்தை பிறக்கிறது. அக்குழந்தை காலடில் வைத்து நடப்பதைப் பார்த்ததும்

கவிதை சொல்லி தன்னை ஒரு தந்தையாக அல்லது குருவாக நினைத்துக் கொண்டாரோ என்னவோ, உடனே அக்குழந்தைக்கு அறிவுரை புகட்டி வழிகாட்டல்களை வளங்கத் துவங்குகிறார்.

நேற்றைய சரக்குகள் உனக்கு வேண்டாம் அவைகள் நீரை அழுக்காக்கும். ஆகவே, அவைகளைப் புறம்தள்ளி புதிய நீரூற்றுகளை கண்டுபிடி. சற்றுமுன் உன்னிடம் கிடைத்த 'பூ'வும் இப்பொழுது வாடிவிட்டிருக்கும். ஆகவே, அதனைத் தூக்கியெறிந்து விட்டு மணம் வீசும் புதிய பூ வொன்றை வைத்துக்கொள். (மாற்றத்தை தினம் விரும்பும் படியான வலியுறுத்தல்). இன்று போன பாதையிலேயே நாளையும் போகாதே. அல்லது இதற்கு அப்பால் பாதை இல்லையென நம்பும் வழியால் செல். அங்கிருந்து உன் பார்வையால் புதிய பாதைகளை வளர்த்து விரித்துச் செல் என்கிறார். இவ்வழிகாட்டல்களைத் தொடர்ந்து, பளிச்சென்று மினுங்க புதிதாக தன்னிடம் முன்வைக்கும் படி நீண்ட பட்டியலொன்றையும் போடுகிறார்.

1.

கவிதை சொல்லி குழந்தையிடம் செய்யுமாறு முன்வைக்கும் விடயங்கள் குறிப்பிட்ட சமூகத் தளத்தில் முற்போக்கானது, முன்னேற்றகரமானது என கதையாடப்படும், தொடர்சியான வளர்ச்சி விருத்தி எனக் கருதப்படுபவைகளுக்கான வழிகாட்டல்கள்தான். ஆனால், இங்கிருக்கும் சிக்கல் என்னெவென்றால், கவிதை சொல்லி அவைகளைக் கட்டளைகளாக வைக்கிறாரே ஒழிய குழந்தையின் விருப்பம் மீது; அதன் சுய தெரிவு சார்ந்து எந்தவித அக்கறையும் கொள்ளவில்லை. அஃ.. தந்தைக்குத் தெரியாதா குழந்தைக்கு நல்லது எது கெட்டது எது என சொல்லிக் கொடுக்க..? நான் சொல்வதைச் செய்தால் அக்குழந்தை நல்ல நிலைக்கு வரும். எனும்படியான கதையாடல்தான் பிரதிக்குள் முன்னெடுக்கப்படுகிறது.

சமூகம் கொண்டிருக்கும் பிற்போக்குத்தனம், பிற்போக்குத்தனம் கொண்டிருக்கும் நல்லது கெட்டதுகளிலிருந்து விலத்தி குழந்தையை புதிய திசைக்கு கொண்டு போக நினைக்கும் கவிதை சொல்லி, தான் நல்லது கெட்டது என நினைக்கும் விசயங்களையே அதனிடம் திணிக்கிறார். குழந்தையிடமும் விருப்பு வெறுப்புக்கள் இருக்கலாம். நல்லது கெட்டது குறித்த புதிய தீர்மாணங்கள் இருக்கலாம். அது கவிதை சொல்லியின் நிலைப்பாட்டிற்கு மாற்றமானதாகவும் இருக்கலாம். பிற்போக்குத்தனம் என கவிதை சொல்லி நம்புவதன் பாற்பட்டதாகவும்

இருக்கலாம். குழந்தைக்கு இருக்கும் தெரிவின் பன்மைத்துவம் பிரதிக்குள் மறுக்கப்பட்டிருக்கிறது.

இதே நிலைப்பாட்டினை அமீர்கானின் நடிப்பில் அண்மையில் வெளியாகிய 'தங்கல்' திரைப்படத்திலும் அவதானிக்கலாம். வாழ்வில் வெற்றிசாதனை என தான் எதனை நம்பி முயற்சித்தாரோ அதனையே தன் பிள்ளைகளிடமும் திணிப்பார். அவர்களின் விருப்பு வெறுப்புகளை புறந்தள்ளிவிட்டு, அவர்களின் தெரிவுசார்ந்த எந்தவித உரையாடலுக்குமான வாய்ப்புக்கள் தரப்படாமல், போட்டிக்காக அவர்களைத் தயார்படுத்துவார். கட்டமைப்பார். நாட்டின் மீதான தேசபக்திக்காக, நாட்டிற்குப் பெருமை சேர்த்துக் கொடுப்பதற்காகத் தன்னால் விட முடியாத குசுவை தன் பிள்ளையை வைத்து விட்டுக் காட்டுவார். படம் முழுக்க அவரின் ஹிரோயிசம் கச்சித்தமாகப் பேணப்பட்டிருக்கும். புதிய மாஸ்டரின் வழிகாட்டலில் தனது பிள்ளை ஒரு போட்டியில் தோற்றுப்போக, மீண்டும் மிஸ்டர் கான் பிரவேசித்து வழிகாட்டுவார். தந்தைக்குத் தெரியாதா பிள்ளைக்கு எது வரும் வராது என்று?

2.

முற்போக்கு முன்னேற்றம் அபிவிருத்தி. இவைகள் குறித்து கனத்த உரையாடல்களையும் பலதரப்பட்ட விசாரிப்புகளையும் அதிகம் அக்கறை கொள்ள வேண்டியிருக்கிறது. இவைகள் எப்பொழுதும் தங்களை சிறந்தவைகளாகக் கதையாடும். தங்களையே அனைவரும் தெரிவு செய்ய வேண்டும். தங்களை நோக்கியே சகலரும் நகர்ந்து வரவேண்டும் என்பதற்காகப் பல தளங்களிலும் முன்னெடுப்புகளை மேற்கொண்டிருக்கும். தெரிவுக்கென பலவிடயங்கள் இருக்கும் பொழுது குறிப்பிட்டவைகள் தான் அபிவிருத்தியின் பாற்பட்டது என வரையறுப்பதே, அவைகளை Superior பண்ணி மற்றமைகளை inferior பண்ணும் வன்முறைத் தனம் தானே. முற்போக்கும் அபிவிருத்தியும் கலாச்சார ஏகாதிபத்தியத்தின் (cultural emperialism) கட்டுக்குள் வசியப்பட்டு இயங்கும் தன்மை கொண்டவை.

இவைகளின் பெயரில்தான் பல ஒடுக்குமுறைகள், புறந்தள்ளல்கள் மிக நுணுக்கமாக முன்னெடுக்கப்படுகின்றன. அவைகள் நம்மிடமிருக்கும் தெரிவு சார்ந்த சக்தியை மழுங்கடித்து, தங்கள் வசம் கையகப்படுத்திக் கொள்கின்றன. வியாபாரமும் தங்கள் பொருட்களுக்கான நுகர்வோரைப் பெருக்குதலும் அதனுடன் பிணைந்திருக்கின்றன.

சமூக பொதுவெளிக் கதையாடல்களுக்குள் progress, development என கட்டமைக்கப்படும் விடயங்கள் குறித்து மாற்று உரையாடல்களும் பகுப்பாய்வுகளும் தேவை. அவைகள் யாரால் தீர்மானிக்கப்படுகின்றன? அதற்கான அளவுகோல்கள் என்னென்னெ? அவைகள் எப்படி உருவாக்கப்டுகின்றன? அவைகள் எப்படி சுதேச இருப்புகளை ஒதுக்குகின்றன, நம் சுய தெரிவினை வழிப்படுத்துகின்றன? பல்வகைமையை மழுங்கடித்து குறிப்பிட்ட தெரிவுகளை மாத்திரம் எப்படி முதன்மைப் படுத்துகின்றன போன்ற உரையாடல்கள் அவசியம்.

09

ஆகச் சிறந்த ஈழக்கவிதை கொண்டிருக்கும் பித்தலாட்டம்

தோழர் சுயந்தன் தனது முகநூல் பக்கத்தில் ஆகச்சிறந்த ஈழத்துக் கவிதைகளில் ஒன்றெனக் கீழே குறிப்பிட்டிருக்கும் சேரனின் பிரதியை முன்வைத்திருக்கிறார். அப்பிரதி மீதான மாற்று வாசிப்பொன்றினை நிகழ்த்திப் பார்ப்போம்.

கேள்

கேள்
எப்படிப் புணர்வது என்பதைப் பாம்புகளிடம்.
எப்படிப் புலர்வது என்பதைக்
காலையிடம். பொறுமை என்பது என்ன
என்பதை மரங்களிடம். கனவுகளுக்கு
வண்ணங்கள் உண்டா என்பதைத் தூக்கத்தில்
நடப்பவர்களிடம். கண்ணீர்த்துளிகள் சிறைக்கூடங்களாக
மாறியது எப்படி என்பதை
அகதிகளிடம். பயம் என்பது என்ன என்பதை
நடு இரவில் இந்த நகரில் நடக்க நேர்கிற
கறுப்புத்தோல் மனிதர்களிடமும்
பெண்களிடமும். மோகம் முப்பது நாள்கள்தானா
என்பதை மூக்குத்தி அணிந்த காதலர்களிடம்.
முழுநிலவில் பாலத்தின் கீழ் உறைந்த பாற்கடலின்
பாடும் மீன்கள் எங்கே போய் விட்டன என்பதைக்
கார்காலத்திடம். மொழியின்
தனிமையிலிருந்து பிறப்பது என்ன என்பதைத்
திசை தொலையப் புலம் பெயர்ந்தவர்களிடம்.
துயரத்தின் சாறு பிழிந்த தனிமை எப்படியிருக்கும்
என்பதை என் பனிப்பாறையுள் நெருப்பின்
உயிர்ச் சுவட்டை எறிந்தவளிடம். அவளிடம்
இவளிடம். இரவின் கடைசி ரயிலும் போய்விட்ட
பிற்பாடு. தண்டவாளங்களும் குளிரில் துடித்துப்
பிளக்க ஒற்றைச் சிறகுடன் கையில் ஒற்றைப்
பூவுடன் காத்திருப்பது எப்படி என்பதை
என்னிடம்
கேள்.

-சேரன்

எந்த ஒன்றையும் சிறந்தது எனக் கதையாடுதல் என்பது, தரப்படுத்தி ஒழுங்குபடுத்தும் நிறுவனப்படுத்தலின் நிருவாகச் செயலுடன் சம்பந்தப்பட்ட விசயம். அது எப்பொழுதும் குறித்த விசயங்களை உன்னதமாகவும் மற்றமைகளை தாழ்ந்ததாகவும் கட்டமைத்துப் பேணும் அதிகாரத்தனத்தை செயல்படுத்திக் கொண்டிருக்கும் பொறிமுறை. இது ஒருபக்கம் இருக்கட்டும். சேரனின் குறித்த இந்தக் கவிதைப் பிரதியினை எதனடிப்படையில் ஆகச்சிறந்ததாக சுயந்தன் முன்வைக்கிறார் என பிடிபடவில்லை. கவிதைக் கட்டமைப்பிலோ, சொல்லல் முறைமையிலோ, இலக்கிய சாதனங்களைப் பயன்படுத்துவதிலோ வித்தியாசமாகச் சிந்திக்கப்பட்டிருப்பதற்கான எந்த ஒன்றையும் அப்பிரதிக்குள் அவதானிக்க முடியவில்லை. அவரிடமே கேட்டதற்கும் எந்த பதிலும் இல்லை. சரி, அது வெளிப்படுத்த முனையும் கருத்துநிலைகளாவது, அக்கறைகொள்ள வேண்டிய மாற்று உரையாடல்களைக் கொண்டிருக்கிறதா எனப் பார்த்தால், அவைகளோ வித்தியாசங்களையும் பன்மைத்தன்மையையும் நிராகரித்து, ஒற்றைக் கதையாடலை நிறுவும் வேலையினையே முன்னெடுக்கிறது.

மேலே குறிப்பிட்டிருக்கும் கவிதை ரொம்பவும் பழசுபட்ட போதனை வகைக் கவிதை. இப்படியான போதனைக் கவிதைகள், வித்தியாசமான பன்மையான விடயத்துவங்களை நிராகரித்து ஒற்றை முடிவினை முன்வைக்கும், அதனையே சிறந்ததாகக் கதையாடும் வன்முறைப் பண்பை உட்சரடாக கொண்டிருக்கும்.

குறிப்பிட்டுருக்கும் அக்கவிதை எப்படி போதனை நிகழ்த்துகிறது என்பதைப் பார்ப்போம்.

//எப்படிப் புணர்வது என்பதைப் பாம்புகளிடம் கேள்//

இந்தக் கூற்றானது, கவிதைசொல்லி தான் சிறந்தது எதுவெனக் கொண்டிருக்கும் தீர்க்கமான ஒரு முடிவையும் அதனை மற்றவர்களுக்கும் போதனை செய்வதை அவதானிக்கலாம். அந்தத் தீர்க்கமான முடிவு என்னவென்றால், புணர்வதில் சிறந்த புணர்வு பாம்புகளின் புணர்ச்சிதான். அவைகளிடம் கேட்டு ஒழுங்காகப் புணர்வது எப்படி என அறிந்து கொள்ளுங்கள் என்பதாகப் போதனை செய்கிறது. எல்லா உயிரிகளும் தங்களுக்கென்று விதவிதமான புணர்வு முறைமைகளைக் கொண்டிருக்கவே செய்கின்றன. ஆனால் குறித்த இக்கூற்று, பாம்புகளின் புணர்தலையே சிறந்த ஒன்றாக; உன்னதமானதாகக் கதையாடுகின்றன.

//எப்படிப் புலர்வது என்பதை காலையிடம் கேள்//

புலர்வு என்பது பொழுதுகளுடன் இணைந்து வரும் வினைச்சொல். ஒவ்வொரு பொழுதின் புலர்வும் வித்தியாசமானது. அவைகளுக்குள், காலைப் பொழுதின் புலர்வையே கவிதைசொல்லி சிறந்ததாக வரையறுத்து முன்வைக்கிறார். பொழுதுகளின் புலர்வை படிநிலையாக்கம் செய்துவிடுவதனையே கவிதை சொல்லியின் இக்கூற்று மறைவில் மேற்கொள்கிறது.

//பொறுமை என்றால் என்ன என்பதை மரங்களிடம் கேள்//

மரங்களிடமே பொறுமை என்றால் என்னவென கேட்டறிந்து கொள்ளச் சொல்கிறார். அவர் மரங்களின் எந்தச் செயலை பொறுமை எனக் கூற முனைகிறார் என்பதை ஊகிக்க முடியவில்லை. ஏனென்றால், மரம் பல்வேறு தொழிற்பாடுகளைக் கொண்டது. மரம் என்ற சொல் குறிக்கும் உயிரிகளும் ஒருபடித்தானவை அல்ல. அவைகள் பன்மையானவை. ஒவ்வொரு மரத்தின் தொழிற்பாடுகளும் மரத்திற்கு மரம் மாறுபடுபவைகள்.

இது ஒருபக்கம் இருக்கட்டும். பொறுமை எனும் கருத்தமைவு மனிதன் உருவாக்கிக் கொண்டது. அந்தக் கருத்தமைவு பற்றிய எந்தப் பிரஞ்சையும், அக்கறையும் இன்றியே மரங்கள் இயக்கமுறுகின்றன. அதன் தொழிற்பாட்டை மனித விழுமியங்களுக்குள் அகப்படுத்துவதும் கற்றுத்தரும்படி கோருவதும் சிக்கலான விடயம்.

அது தவிர, பொறுமை என்ற விசயம் நல்லது என்பதாகவும் அதனைக் கற்றுக் கொள்ள வேண்டியது அவிசயம் என்பதாகவும் கூட அக்கூற்றின் மூலம் வரைசெய்கிறார். குடும்ப வன்முறைக்கு உள்ளாகும் பெண்களிடம் காலாகாலமாக நம் சமூகம் சொல்லிவரும் அறிவுரையாக 'பொறுமையாக இரு, பொறுத்துப் போனால் தான் குடும்பமாக வாழலாம்' எனச் சொல்லப்படுவதை நாம் கேட்டுக் கேட்டு அலுத்துப் போயிருப்போம். எந்த வகையான பொறுமையை மரங்களிடம் இருந்து கேட்டறிந்து கொள்ளுமாறு வாசகர்களிடம் முன்வைக்கிறார் என்பது விவாதத்திற்குரிய அடுத்த பகுதியாக கவனம் செலுத்தப்பட வேண்டியது.

// கனவுகளுக்கு வண்ணங்கள் உண்டா என்பதைத் தூக்கத்தில் நடப்பவர்களிடம் கேள்//

இங்கு 'கனவுகளுக்கு வண்ணம் உண்டாவென' கேட்பது, கனவு எனும் செயல்பாடிற்கு நிறங்கள் உண்டா எனக் கேட்கச் சொல்கிறாரா அல்லது கனவில் வருபவைகளுக்கு நிறங்கள் உண்டா எனக் கேட்கச் சொல்கிறாரா என ஒரு குழப்பம் ஏற்படுகிறது. கனவு எனும் செயல்பாடானது சிந்திக்கும் செயல்பாட்டினை ஒத்த விடயம். சிந்திப்பு விழிப்பு நிலையில் நிகழ்கிறது. கனவு உறக்க நிலையில் நிகழ்கிறது. இரண்டுமே மனதின் அல்லது மூளையின் செயல்பாடு. அதற்கு வண்ணங்கள் இருப்பதில்லை.

ஆனால், கனவில் வருபவைகளுக்கு நிறங்கள் உண்டா எனக் கேட்டால். ஓம் உண்டு. கனவில், படிமங்களையும் உருவங்களையும் அவைகளைக் கொண்டதான சம்பவங்களையும் காண்பது பலருக்கும் நேர்ந்திருக்கக் கூடிய விசயம் தான். படிமங்களையும் உருவங்களையும் பார்க்கிறோம் என்றால், அங்கு நிறங்கள் இருக்க வேண்டியது அடிப்படையான விசயம். ஒவ்வொரு பொருளும் கொண்டிருக்கும் நிறங்களின் வித்தியாசங்களால் தான் அப்பொருள் நம் புலக்காட்சிக்கு உட்படுகிறது. கனவில் படிமங்கள் அசைகிறது என்றால், நிறங்களே அசைகிறதெனச் சொல்லிவிடலாம். இப்படியாக கொஞ்சம் யோசித்தால் பிடிபடக் கூடிய விசயம் தான் அந்தக் கேள்வி. அதனை கனவு காணும் எவரிடமும் கேட்கமுடியுமான ஒன்றுதான். இருந்தும், அதனை ஏன் தூக்கத்தில் நடப்பவர்களிடம் கேட்டறியச் சொல்கிறார்?

குறித்த இந்தக் கூற்றும், தூக்கத்தில் நடப்பவர்களே கனவுகளைப் பற்றி சிறப்பாக அறிந்தவர்கள் எனும் கருத்தை முன்வைக்கிறது. தூக்கத்தில் நடக்காதவர்களும் கனவு காணவே செய்கிறார்கள். தூக்கத்தில் நடப்பவர்களோ அல்லது நடக்காதவர்களோ, அவர்கள் ஒவ்வொருவரும் காணும் கனவும் வித்தியாசமானவைகள். அவர்களுள் எவர் சிறப்பாக கனவுகாண்பவர் என தீர்மாணிக்க முனைவது வித்தியாசங்களின் இருப்பினையும் அவைகள் அசமத்துவமாக நடத்தப்படாமல் இருக்க வேண்டிய சூழலையும் குலைத்துவிடும் செயலுக்கே இட்டுச் செல்லும் அபாயமுண்டு.

//கண்ணீர்த்துளிகள் சிறைக்கூடங்களாக மாறியது எப்படி என்பதை அகதிகளிடம் கேள்//

இந்தக் கூற்றானது, அதிகம் துன்பத்திற்கு உள்ளாவதும் கண்ணீரால் சிறைப்பட்டுக் கிடப்பதும் அகதிகளே என கவிதை சொல்லி கொண்டிருக்கும் நிலைப்பாட்டினை அறியத்தருகிறது.

வெளிநாடுகளுக்கு புலம்பெயர நேர்ந்த அகதிகள் தொடக்கம் தாய்நாட்டில் ஆடம்பர வீடுகளில் வாழும் மனிதர்கள் வரை எல்லோருமே பல்வேறு துன்பத்திற்கு உள்ளாதல் நிகழவே செய்கிறது. அவர்களுக்குள் இருந்து அகதிகளை மட்டும் தெரிவு செய்து, அவர்களின் துயரே பெருந்துயர் என முன்வைக்கும் செயலானது, மற்றவர்கள் எதிர்கொள்ளும் துயரானது அவ்வளவு கரிசனை கொள்ள வேண்டிய ஒன்றாக கருதப்படும் நிலையிலிருந்து விளிம்பிற்குத் தள்ளிவிடும் முனைப்புக் கொண்டது. ஒவ்வொருவரும் எதிர்கொள்ளும் துயரங்கள் வலிகள் நிறைந்தவைகள் தான். கண்ணீருக்குரியவைதான். அந்தத் துயரங்களுக்குள்ளும் சிறப்பான துயரைக் கட்டமைக்க முனைவது அபத்த நாடகம்.

இப்படியான இந்த வாசிப்பினை, மேலுள்ள கவிதையின் மீதமுள்ள அத்தனை கூற்றிலும் செலுத்திப் பாருங்கள். தட்டையான ஒருபக்க கதையாடலை, சிறந்ததென தான் நம்பும் ஒற்றை முடிவுகளை போதனை செய்யும் சாயலைக் கொண்ட ரொம்பவும் பழைய பாணிக் கவிதையாக இருப்பதைப் புரிந்து கொள்ள முடியும்.

10

நவீன கவிதைகளைப் பீடித்திருக்கும் துயர மனநோய்

ஓவியம்

எத்தனை முறை தீட்டினாலும்
அழகுபெறுவதாயில்லை இவ்வோவியம்
புகை பிடித்த அறைகள்
கூரை நிறைந்த கற்கள்
மெலிந்த மனிதர்கள்
என் ஓவியத்தின் உருவங்கள்.
எனது ஓவியம் அழகு பெறுவது
எப்போது?
வண்ணங்கள் நிறைந்த ஓவியத்தை
நான் வரைவது எப்போது?

- தவச்செல்வன்

மேலுள்ள பிரதியில் வைக்கப்பட்டிருக்கும் கவிதைசொல்லி, பலமுறை ஓவியம் வரைகிறார். ஒவ்வொரு முறையும் அவர் வரையும் ஓவியத்தில், அறைகள் இருக்கின்றன. கூரை இருக்கின்றன. மனிதர்கள் இருக்கிறார்கள். ஒவ்வொரு முறையும் அவ்வறையை புகைபடிந்ததாகவே அதற்கேற்றாற் போல் நிறம்தீட்டி வரைகிறார். கூரையை நிறைக்கும் கற்களை வரைகிறார். மனிதர்களை மெலிந்ததாக வரைகிறார். அப்படி அவராகவே வரைந்துவிட்டு அவர் கேட்கும் கேள்விகள் அபத்தமானவை.

நம் கண்களுக்குப் புலப்படுவது எல்லாம் நிறங்கள் தான். நிறங்களின் வித்தியாசங்கள் தான் உருவங்களை அல்லது வடிவங் களை புலக்காட்சிக்கு அகப்படுத்த வகைசெய்கின்றன. கண்களுக்கு தெரிவதெல்லாம் நிறங்களே; வண்ணங்களே.

அடுத்தது வரைதல். வரைதல் என்பது கற்பனை சார்ந்த விசயம்; வரைபவனின் தெரிவு சார்ந்த விசயம்; என்ன வரைவது எனும் இன்னொருவரின் விருப்பிற்கு ஓம்படாதவரை.

இப்பிரதியில் வைக்கப்பட்டிருக்கும் கவிதை சொல்லி, எதை வரையவேண்டும் என இன்னொருவரின் திணிப்பிற்கு அகப் பட்டு வரைவதான எந்த கூற்றுகளும் பிரதிக்குள் இல்லை. அப்படியென்றால், குறித்த ஓவியத்திற்கான உருவங்களையும் அது எப்படி அமைய வேண்டும் என்பதையும் கவிதைசொல்லியே தெரிவு செய்திருக்க வேண்டும். அவரே தெரிவு செய்த விசயங்களைத் தான் அவரே அழகற்றவையாகச் சொல்கிறார். அவரைப் பொறுத்தவரை, புகைப்படிவிற்கான நிறம் வண்ணங்கள் அல்ல (அந்த நிறத்தை வண்ணங்களில் இருந்து ஒதுக்கிவிடுகிறார்). கல் நிறைந்த கூரை, புகைபடிந்த அறை, மெலிந்த மனிதர்கள் போன்ற உருவங்கள் அழகற்றவை என்பதான அபிப்பிராயத்தைக் கட்டமைக்கிறார். மீண்டும் மீண்டும் அதையே வரைந்துவிட்டு, எனது ஓவியம் அழகு பெறுவது எப்போது எனக் கேட்கிறார்.

இப்பிரதியில் வைக்கப்பட்டிருக்கும் கவிதை சொல்லியைப் பொறுத்தவரை, அவர் மீண்டும் மீண்டும் வரையும் ஓவியத்தில் உள்ள நிறங்கள் எல்லாம் வண்ணங்களே அல்லவெனவும், அவைகள் அழகே இல்லை எனவும் அவர் தனக்கென பிரத்தியேகமான அபிப்பிராயங்களைக் கொன்டிருக்கலாம். என வைத்துக் கொள்வோம். ஓவியம் வரைதல் என்பது அவரின் கற்பனையும் தெரிவும் சார்ந்த விடயம் அல்லவா? புகைப்படிவிற்கான நிறங்களைத் தெரிவு செய்யாமல் வேறு நிறங்களை அவர் ஏன் தெரிவு செய்வதில்லை? கற்கள் நிறையாத கூரையை, மெலிவற்ற மனிதர்களை ஏன் வரையவில்லை.?அவர் ஆதங்கப்படுவது போல் வரைவதை அவர் முயற்சிப்பதாய் இல்லை. அப்படி முயற்சிக்காமல், ஒரே ஓவியத்தினையே மீண்டும் மீண்டும் வரைந்துவிட்டு ஏன் பரிதாபத்தை வெளிப்படுத்த வேண்டும்?

இதற்கொரு பதிலையும் சொல்லிப் பார்க்கலாம். தமிழ் நவீன கவிதைகளில் பெருவாரியானவைகளின் பாடுபொருள்: துயரமும் வலியும்தான். துயத்தையும் வலியையும் மீண்டும் மீண்டும் கருப்பொருளாகக் கொண்டு கவிதைகள் வடிவமைக்கப்பட, நவீன கவிதை என்றாலே, துயரத்தைப் பாடுவது; வலிகளைப் பேசுவது; பரிதாபப்படுவது, துயருற்றிருப்பதற்காகக் குமுறுவது என்பதாக அமைந்துவிட்டிருக்கிறது. அதனால் தான், புதிதாக கவிதை எழுத வருபவர்களும் துயரத்தையே கவிதைக்குள் செருகிவைப்பதை அவதானிக்கலாம். சுகபோக வாழ்கை வாழும் கவிஞர்கள் கூட துயரக் கவிதைகளையே எழுதிக் குவிக்கின்றனர். கவிதைகள் என்றால்

துயரத்தைப் பாட வேண்டும். அல்லது துயரத்தைப் பாடினால்தான் மார்கெட்டும் அங்கீகாரமும் கிடைக்குமெனும் நிலைப்பாடும் அதற்கான சூழலும்தான் நிலவுகிறது என அவர்கள் நம்பிக்கொண்டிருக்க வேண்டும். தமிழ் இலக்கியச் சூழலைப் பொறுத்தவரை அப்படி நம்புவது பொய்யும் அல்ல.

இப்பிரதியுள்ள கவிதைசொல்லி, தான் மீளமுடியாத துயரில் இருப்பதை வெளிப்படுத்தவே முனைகிறார் என இன்னொரு வாசகர் இப்பிரதியில் வாசிப்பை நிகழ்த்த முடியும் தானே? எனக் கேட்டால், அப்படியான வாசிப்பை இதில் நிகழ்த்த இப்பிரதி இடம் தராது. இங்கு கவிதை சொல்லி மீளமுடியாத துயரில் இருப்பதைச் சொல்லவில்லை. அத்துயரிலிருந்து மீள விருப்பம் இருந்தும், அதற்கான தெரிவுகளையும் முயற்சியையும் செய்யவில்லை. ஏனென்றால், அவர்தான் அந்த உருவங்களைத் தெரிவு செய்து மீள மீள வரைகிறார். அதற்கு மாற்றமான தெரிவை ஏன் அவர் முயற்சிக்க மறுக்கிறார் என்பது இங்குள்ள கேள்வி.

தான் விரும்பியவாறு கற்பனை செய்வதற்கான இடம் இருந்தும், பிரிதியில் இருக்கும் கவிதை சொல்லி மீண்டும் மீண்டும் அவர் துயரம் எனக் கருதுவதனையே வரைகிறார். இதனைச் சொல்லும் சமயம் ஒரு கதை நினைவுக்கு வருகிறது.

ஒரு ஊரின் எல்லைப் பகுதியில் ஒரு ஆலமரம் இருந்திச்சாம். அதற்குக் கீழே ஒருத்தன் தனது நேரத்தைக் கழித்து வந்தானாம். அவனை எவராவது கடந்து செல்வதைக் கண்டால், மரத்தடியில் இருந்தபடியே ஏதாவது செய்வது போல் நடித்துக் காட்டுவானாம். அப்படித்தான் ஒரு முறை ஒரு பழுத்த முதியவர் அவனைக் கடந்து செல்ல நேர்ந்திருக்கிறது. உடனே நம்மாள், நடிக்க ஆரம்பித்திருக்கிறான். இம்முறை சாப்பிடுவது போல். கொச்சிக்காயைக் கடித்தும், காரத்தை விழுங்கியும், அதனைத் தணிக்க நீரை அருந்துவதாகவும், காரத்தால் வரும் கண்ணீரை துடைப்பதாகவும் நடித்துக் கொன்டே இருந்திருக்கிறான். அவனைப் பார்த்தபடி கடந்து செல்ல முற்பட்ட அம்முதியவர், அவனருகில் வந்து கேட்டாராம்: கற்பனையில் தின்றது எல்லாம் சரி, ஏன் கற்பனையிலயும் கஸ்டப்பட்டுக் கொண்டு தின்றாய்? வாய்க்கு ருஸியா விரும்புற மாரி தெரிவு செஞ்சி தின்ன வேண்டியது தானே?

நம்ம தமிழ் நவீன கவிஞர்களிடமும் இதைத்தான் கேட்க விரும்புகிறேன். கவிதை என்பதே மொழியில் நிகழ்த்திக் காட்டுகின்ற, கற்பனை உழைப்பை செய்துகாட்டுகின்ற இடம். ஏன் துயரங்களையும்

வலியையும் மாத்திரம் கவிதைக்கென அதிகம் தெரிவு செய்கிறீர்கள்? ஏன் துயரத்தையும் வலியையும் கடப்பதற்கான சிந்திப்பை மேற்கொள்ள முடியாமல் போய்விடுகிறது?

நாங்க கவிதையில் கற்பனையைக் கொண்டுவருவதில்லை. எதார்த்தத்தை மாத்திரம் தான் பேசுகிறோம் என நகைச்சுவை செய்ய முனைபவர்களுக்கு உடனடியாக ஒன்றைத் தொட்டுக் காட்டுவது என்றால், நீங்கள் பயன்படுத்தும் உருவக உவமைகளை எடுத்துக் கொள்ளுங்கள். அவைகள் எதார்த்தமல்ல; கற்பனை சார்ந்தது.

11

பிரதிமீதான இடையீட்டு வாசிப்பு

தமிழ் இலக்கிய வெளியில் பிரதிகளை வாசிப்பதற்காக அதிகம் பயன்படுத்துகின்ற வழிமுறைகளில் இரண்டினை தலைகீழாக மாற்றியமைத்துக் கொண்டே கவிதைப் பிரதிகளை வாசிக்க முற்படுகிறேன்.

முதலாவது: பொதுவாக நம் விமர்சகர்கள் புறச்சூழலிலிருந்து கவிதைப்பிரதிக்குள் நுழைந்து வாசிப்புச் செய்ய முனைந்திருப்பர். இது எதார்த்தவாத்தின் பக்கவிளைவாக உருவாகிய வாசிப்பு முறை. இவ்வழிமுறையானது, புறச்சூழலிலுள்ள எதார்த்த அம்சங்களை குறித்த பிரதி முன்வைக்கிறதா இல்லையா எனத் தேடுவதனையே அக்கறை கொள்கிறது. இது கவிதைப் பிரதிக்குள் ஒருவித reality check ற்கான ஒப்பீட்டுப் பார்வைகளுக்கே இட்டுச்செல்கிறது. அதனால்தான், நாம் அதிகம் எதிர்கொள்ளும் காவிதை விமர்சனங்கள்: இது எதார்த்தத்தை நுண்மையாக பிரதிபலிக்கிறது, நம் கால நிலவரங்களை அழகியலாக வெளிப்படுத்துகிறது, நம் வாழ்வின் சிடுக்குகளை மொழிக்குள் கலையாக்குகிறது போன்ற வாக்கிய உதிர்ப்புகளையும் அதற்கான ஆதாரங்களைப் பிரதிக்குள்ளிருந்து அடுக்கிக் காட்டுவதாகவும் அமைந்திருக்கின்றன.

இங்கு நான் குறிப்பிடும் வாசிப்பானது, பிரதிக்குள் இருந்து வாசிப்புச் செய்து கொண்டு புறச்சூழலுக்குள் இணைந்து கொள்ளும் வழிமுறையை கொண்டிருக்கும். இது reality check இற்காக பிரதிக்குள் தேடும் பார்வையை விலக்கி, ஒரு பிரதியை அதன் போக்கிலேயே பின்தொடர்ந்து, அப்பிரதி தனக்குள் என்ன செய்து கொள்கிறது? ஏன் அப்படிச் செய்துகொள்கிறது? என வாசிப்புச் செய்ய வழியேற்படுத்துகிறது.

இரண்டாவது: கவிதைப்பிரதிகளில் வைக்கப்பட்டிருக்கும் சொற்கள் அல்லது பொருட்கள் ஏதோ ஒன்றிற்கான குறியீடாகவும்,

அது ஆழ்ந்த அர்த்தத்தினை பொதிந்து வைத்திருக்கும் என்பதாகவும் நினைத்துக் கொண்டு, ஆழ்நிலைப் பொருட்கோடலை செய்துகாட்டவே நம் விமர்சகர்கள் அதிகம் முனைந்திருப்பர்.

மாறாக, வைக்கப்படும் சொற்களையோ பொருட்களையோ அவை நேரடியாகச் சுட்டாத இன்னொன்றிற்கான குறியீடாக எண்ணி நகர்வதைத் தவிர்த்து, அது பிரதிக்குள் என்ன செய்கிறது? அப்படிச் செய்வதனூடாக எதைக் கதைத்துக்கொள்ள முனைகிறது என்பதை நோக்காக கொண்டு வாசிப்பை நகர்த்துகிறேன். அதாவது, ஆழத்திற்குள் முக்காமல் மேலோட்டமான வாசிப்பை நிகழ்த்துதல். (ஆசிரியர் என்னதான் மெனக்கெட்டு குறியீடாக பயன்படுத்தி இருந்தாலும் நமக்கென்ன? அவர் என்ன நினைத்து எழுதியிருக்கிறார் என்பதை ஊகித்துக் காட்டுவதுதான் வாசகர்களின் வேலையா என்ன?)

சரி, வாசிப்பை நிகழ்த்திப் பார்ப்பதற்காக குராணாவின் ஒரு கவிதையை எடுத்துக் கொள்ளலாம். முதலில் அப்பிரதியை வாசித்து விடுங்கள்.

நாமெ கடசியா பார்த்தது என்ன படம்..?

முள்மரங்கள் நிறைந்த பத்தைக் காடு
அந்த பத்தைகளை ஊடறுத்து
நுழைந்தும் நெளிந்தும்
மிக வேகமாக போய்க்கொண்டிருக்கிறது
அந்தப் பாதை.
பார்வையைவிட அதிவேகமாக
எங்கு போகிறதென்று தெரியவில்லை.
சுற்றுச் சூழல்,
ஆளரவமற்று வெறித்துக் கிடக்கிறது என
எழுதும் போதே,
அந்தப் பாதையால் பத்திப் பதறி
ஒரு பெண் ஓடிவருகிறாள்
இரண்டு தடியன்கள்
அவளைத் துரத்திக்கொண்டு வருகிறார்கள்

இடைவேளை

சிறிது நேரத்தின் பின்
பத்தைகளினூடே நுழைந்து சென்ற
அந்தப் பெண், போன வழியால்
திரும்பி நடந்து வருகிறாள்

கூந்தலைக் கயிறாகத் திரித்து
கோர்த்தெடுத்த இரு புட்டானங்களும்
தோளில் ஒரு புறம் அசைந்தபடி இருக்க
நீண்டு வளர்ந்திருந்த
கறுப்பு மயிர்களை இரண்டு பகுதியாகப் பிரித்து
நீள்பட்டி பின்னப்பட்ட
ஜிப்பில்லாத தோள்பையென மாறிவிட்ட யோனி
தோளின் மறுபுறம் ஆடிக்கொண்டிருக்க
அவள் நடந்து வருகிறாள்
சிறு அலங்காரத்துடன் ஒற்றை முலை
தலையில் தொப்பியாக மாறியிருக்கிறது
சீன வேலைப்பாடுகளுடன் கூடிய
அவளின் கையிலிருந்து பளபளக்கும் பாத்திரம்
மற்றதாக இருக்க வேண்டும்.

அவளை இடைமறித்து
தம்பி. இஞ்சால ஒரு பொட்டை
ஓடிப்போனதை பாத்தயா? என
தடியன்கள் விசாரிக்க
இல்லை என்றபடி மெதுவாக நழுவுகிறாள்
நமக்குத் தெரியும் அவள்தான் தம்பியென்று
எல்லா சினிமாக்களையும் போல
இதிலும் தடியன்கள் கண்டுபிடிப்பதில்லை

அந்தத்திரைப்படத்தில்
கற்பழிப்புக் காட்சி ஆரம்பிக்கும் போதே.
அவளுக்கென ஒரு மாறுவேடத்தை
நினைக்கத் தொடங்கிவிட்டேன்
வேறெப்படி அவளைக் காப்பாற்ற இயலும்..?
எனக்கு குங்க்பூ எல்லாம் தெரியாது
துப்பாக்கியும் கையிலில்லை.

திரையில் வணக்கம் என்று வந்தது தெரியாமல்
இப்படி அங்கங்களைக் கொண்டே அலங்கரித்து
மாறுவேடமிட முடிந்தால்
பெண்களுக்கு எவ்வளவு பாதுகாப்பாக இருக்குமென
யோசித்துக் கொண்டிருக்கிறேன்..

விசிலடித்தது போதும்
படம் முடிந்துவிட்டது
எழும்புங்கள் போகலாம் என்றாள் மனைவி
இது நடந்து இன்றோடு சரியாக
ஒரு மாதமாகிறது
வெட்கத்தைவிட்டு இன்றுதான்
அவளிடம் கேட்டேன்
நாமெ கடசியா பாத்தது என்ன படம்...?

தியட்டரில் திரைப்படம் பார்ப்பதையும், திரையில் நிகழும் காட்சிகளை விபரிப்பதாகவும், அக்காட்சியில் கவிதை சொல்லியும் தன் கற்பனையூடாக இடையீடு செய்து மாற்றியமைப்பது பற்றி சிந்திப்பதாகவும், அத்தகைய திரைப்படம் பார்த்தது ஒரு மாதத்திற்கு முன்பென அறியத்தருவதாகவும் கவிதைக்கான சம்பவங்கள் பின்னப்பட்டிருக்கிறது.

திரையில் நிகழும் காட்சிகளாக விபரிக்கப்படுபவைகள் தியட்டரினுள்ளா நிகழ்ந்திருக்கிறதெனக் கேட்டால், அப்படி வாசிப்பதற்கு இப்பிரதி இடம்தராது.

இடைவேளைக்கு முந்திய பகுதியில்,

//சுற்றுச் சூழல்,
ஆளர்வமற்று வெறித்துக் கிடக்கிறது என
எழுதும் போதே,
அந்தப் பாதையால் பத்திப் பதறி
ஒரு பெண் ஓடிவருகிறாள்//

என வருகிறது. பிரதிக்குள் வைக்கப்பட்டிருக்கும் காட்சிச் சம்பவங்கள் கவிதை சொல்லியால்தான் எழுதப்படுகிறது. ஆக, திரையில் நிகழும் காட்சிகளோ அக்காட்சியில் துரத்தப்படும் பெண்ணைக் காப்பாறுவதற்கான கற்பனையை யோசித்ததாகச் சொல்வதோ எங்கோ நிகழ்ந்த சம்பவங்கள் அல்ல. அது பிரதிக்குள் நிகழும் சம்பவங்கள். கவிதை சொல்லியாலேயே எழுதப்படும் சம்பவம். அதுவே இப்பிரதியை *metafiction* தன்மை கொண்டதாக மாற்றிவிடுகிறது. *Metafiction* வகைப்பிரதிகள் தன்னை எதார்த்தமானது. உண்மைத்தன்மை கொண்டது. எதோ ஒன்றின் சாட்சியம் என்பதாகவெல்லாம் முன்வைப்பதில்லை. மாறாக நூறுவீதம் தானொரு புனைவுப்பிரதி என்பதாகவே காட்டிக் கொள்கிறது. அதனூடாக இலக்கியப்பிரதிகள் தக்கவைத்துக்கொண்டிருந்த 'எதார்த்தவியல்' அரசியலை கவிழ்த்தி விடுகிறது.

❖

ரேப் பண்ணுவதற்காக குண்டர்களால் துரத்தப்படும் பெண்ணை, பிரதிக்குள்ளிருக்கும் கவிதை சொல்லி தன் கற்பனையைச் செலுத்தி, அவளை மாற்றியமைத்து, ஒரு தற்காலிகப் பாதுகாப்பிற்கான சூழலை பிரதிக்குள் உருவாக்கிப் பார்க்கிறார்.

நவீன கவிதைப் பிரதிகளில் வைக்கப்படும் கவிதை சொல்லிகள் இத்தகைய சம்பவங்களை எதிர்கொள்ளும் பொழுது, "அய்யோ பாவம்.. காலம் கெட்டுவிட்டது.. நம்மால் என்னதான் செய்ய முடியும்.." என்பதாகக் குறைபட்டுக் கொள்ளும் தன்மை கொண்டவர்களாகவே அமைந்திருப்பர். எடுத்துக் காட்டாக, லீனா மணிமேகலையின் இக்கவிதைப் பிரதியை வாசித்துப் பாருங்கள்:

//கடைக்கார கிழவன் தன் மனைவியை ஒரு முப்பது நிமிடத்திற்குள் அடித்திருப்பானா
பைக்கில் செல்பவன் தன் வீட்டு சிறுமியின் முலையைப் பற்றியிருப்பானா
நேற்று
சென்ற வாரம்

✡

இரண்டு பேருந்துகள் தவற விட்டேன்.
படிக்கட்டில் தொங்கிக் கொண்டு போகும்
இளைஞர்களிடமிருந்து என் பின்புறத்தைக் காப்பாற்றி கொள்ள வேண்டும்.
என்னருகில் இன்னும் இரண்டு பெண்கள். அவர்களுக்கும் பேருந்து ஆண்களிடமிருந்து தற்காத்து கொள்ள ஏதாவது இருக்கலாம்.
ஒன்பதாம் எண் பேருந்தில் ஏறி விட்டேன்
ஒரு சிறுவன், ஏழு வயதிருக்கும்.
சில வருடங்களில் அவன் யாரையாவது காதலுக்கு வற்புறுத்தலாம்
இல்லை தன் தங்கையின் பொம்மைகளை இன்று மாலை உடைக்கலாம்

✡

பத்தில் ஒரு பெண் எல்லைகளில் கடத்தப் படுகிறாள்
எதிர்ப்படும் பெண்களில் ஒருவரை நாளை பார்க்க முடியாமல் போய் விடுவேனா
பக்கத்துக்கு வீட்டுக் குழந்தை காணாமல் போய்விடுமா
என்னை யாரவது எண்ணிட்டிருக்கிறார்களா

✡

கடந்து செல்லும் ஆண்களின் சட்டைப் பைகளை சரி பார்க்க வேண்டும்
அதில் நானறிந்த சிறுமியின் வாசனை இருக்கலாம்.
அல்லது ஒரு வன்மையான வார்த்தை
மேலும் ஒரு வயாக்ரா மாத்திரை//

('புள்ளிவிபரம்' கவிதையின் சிலபகுதிகள்)

லீனாவின் இப்பிரதியில் வைக்கப்பட்டிருக்கும் கவிதை சொல்லி, தான் இயங்கும் சூழல் கொண்டிருக்கின்ற பெட்ரியாக்கல் நிலைமைகளால் அதிகம் விரக்தியுற்றிருக்கிறார். எதிர்கொள்ளும் ஒவ்வொரு பெண்ணும் ஆண்களால் வஞ்சிக்கப்படுவதாகவும் – எதிர்கொள்ளும் ஒவ்வொரு ஆணும் பெண்களைத் துன்புறுத்தவே அலைவதாகப் பிரதிக்குள் அங்கலாய்க்கவும் குமுறவும் செய்கிறார். பிரதிக்குள் அவர் எதிர்கொள்ளும் பெட்ரியாக்கல் சூழலை மாற்றியமைப்பதற்கோ, தற்காலிகத் தீர்வு நோக்கிய புனைதலைச் சிந்திப்பது பற்றியோ முனைப்பற்று வெறுமனே

மனக்குமுறலாய் விரக்தியை முன்வைக்கும்படி கவிதை சொல்லி வைக்கப்பட்டிருக்கிறார்.

எத்தகைய சிந்திப்பிற்கும், புனைவிற்குமான சாத்தியங்களுக்கு வாய்ப்பளிக்கும் நிலையிலேயே மொழியும் அதன்வழியான பிரதி வடிவமைப்பும் அமைந்திருக்கிறது. ஆனால், நவீன கவிதைகளில் வைக்கப்படும் கவிதை சொல்லிகள் விரக்தியை, அங்கலாய்ப்பை, மனக்குமுறலை வெளிப்படுத்துவதுடன் நிறுத்திக் கொள்வர். குராணாவின் பிரதியில் வைக்கப்பட்டிருக்கும் கவிதை சொல்லி இந்தத் தன்மையைக் கடந்து ஒரு தற்காலிகத் தீர்வு நோக்கி பிரதிக்குள் புனைவை நிகழ்த்திப்பார்க்கும் மனோநிலையுடன் இயங்குகிறார்.

❖

குராணாவின் பிரதியில் வைக்கப்பட்டிருக்கும் கவிதை சொல்லி, துரத்தும் குண்டர்களிடமிருந்து அப்பெண்ணைக் காப்பாற்ற சிந்திக்கும் கற்பனையானது, அக்கவிதை சொல்லியும் பெட்ரியாக்கல் சிந்தனைப் போக்கு உடையவர்தான் என்பதையே வெளிப்படுத்துகிறது.

ரேப் பண்ணத் துரத்தும் குண்டர்கள் × தப்பிக்க முனையும் பெண். இந்த எதிர்வில், அப்பெண்ணைக் காப்பாற்ற நம் சமூகவெளியில் பாலியல் உறுப்புக்கள் என கற்பிதம்கொண்டிருக்கும் முலைகள், யோனி, புட்டணங்கள் முதலியவற்றைத் தெரிவு செய்து இடம்மாற்றி உருமாற்றி விடுகிறார் கவிதை சொல்லி.

இந்தக் காப்பாற்றும் சிந்திப்பை இடையீடு செய்து இப்படி விபரிக்கலாம்: இன்னும் எமது சமூக உரையாடலில், பாலியல் ரீதியாக பெண்கள் துன்புறுத்தப்படுவதற்கு பெண்களே காரணம். அவர்கள் அரைகுறையாக உடுக்கிறார்கள். கவர்ச்சி காட்டுகிறார்கள். இரவில் தனியாகச் செல்கிறார்கள். அப்படியெல்லாம் அவர்கள் செய்யாமல் இருந்தால் யார் துன்புறுத்தப் போகிறார்கள் என்பதாகக் கூறிக்கொண்டு பெண்களை ஒழுங்குபடுத்தும் போக்கினை அவதானிக்கலாம்.

அது போன்ற ஒன்றைத்தான் இக்கவிதை சொல்லியும் செய்கிறார். அவளிடமிருக்கும் பாலியல் உறுப்புக்கள்தான் ரேப்பண்ணத் துரத்தப்படுவதற்குக் காரணம். அவைகளை இடமாற்றி உருமாற்றி அமைத்து, துரத்தி வந்தவர்களே இவளையும் ஒரு ஆணாகப் பார்க்கும் வகையில் அடையாளமாற்றிக் காப்பாற்றுகிறார். அப்படியாகப்

பெண்கள், அவர்களாகவே உருமாற்றிக் கொள்ள முடிந்தால், அவர்கள் எவ்வளவு பாதுகாப்பாக இருப்பார்கள் என உச்சுக்கொட்டிக் கொள்கிறார். இது வன்முறைக்கு உள்ளாக்கப்படுபவர்களிடம் சென்று நீங்கள்தான் சூழ்நிலைக்கு ஏற்ப உங்களை மாற்றிக் கொண்டு பாதுகாப்பாக இருக்கும்படி பரிந்துரைக்கும் நுண்மையான வன்முறை.

அப்பெண்ணைக் காப்பாற்ற, கவிதைசொல்லி தனது கற்பனையை அக்குண்டர்கள் மீது ஏன் செலுத்தவில்லை? பெண்ணின் உறுப்பை இடம்மாற்றி உருமாற்ற சிந்தித்த கவிதைசொல்லி, அவ்விரு குண்டர்களின் உறுப்புக்களை மாற்றியமைப்பது பற்றி ஏன் சிந்திக்கவில்லை? அட்ஜஸ் பண்ணுவதும் மாற்றிக் கொள்வதும் பெண்கள்தான் செய்யவேண்டுமெனும் பெட்ரியாக்கி சிந்தனையினாலா? அல்லது பெண்களின் பாலியல் உறுப்புக்களைக் கொண்டு கற்பனை வேலைப்பாடுகளைச் செய்வதில் இருக்கும் நம்மனம்களில் கட்டமைந்திருக்கும் சமூகக் கவனஈர்ப்பு அல்லது கவர்ச்சித் தன்மையை பிரதிக்குள் வைத்துக் கொள்வதற்காகவா? அல்லது இவைகளல்லாத வேறு என்னவாக இருக்கும்.?

❖

மேலுள்ள எனது வாசிப்புப் பிரதியை முன்வைத்து, தோழர் யுகாந்தன், ஒரு கேள்வியைக் கேட்டிருந்தார். அவரின் கேள்வியினையும் அதற்கான பதிலையும் அதன் உள்ளடக்க விவாதங்கள் கருதி இங்கே இணைத்து விடுகிறேன்.

யுகாந்தனின் எதிர்வினை: 100% தானொரு புனைவுப் பிரதி எனக் காட்டிக்கொள்வது, எதார்த்தவியல் அரசியலைக் கவிழ்க்குமா..?

இமாம்: இக்கேள்வியானது, எனது வாசிப்புப் பிரதியில் முன்வைத்த பகுதி கொண்டிருக்கும் விசயத்தை விபரித்து விரிவுபடுத்த வேண்டிய தேவையை உணர்த்துகிறது.

எல்லா வகைப் பிரதிகளும் ஆசிரியரின் சிந்திப்புடன் கட்டமைக்கப்பட்டவைகள் தான். புனையப்பட்டவைகள் தான்.

ஆனால், தமிழ் இலக்கிய வெளியில் அதிகம் விரவியிருக்கும் ஒரு பார்வை உண்டு: இலக்கியம் எதார்த்தத்தை பிரதிபலிக்கிறது, ஒடுக்கப்பட்டவர்களின் வாழ்வை துல்லியமாகப் பதிவு செய்கிறது, குறித்தவகை மனிதர்களின் மனவோட்டத்தை அப்படியே படம்பிடித்துக் காட்டுகிறது என்பதான பார்வை அது. அதாவது,

இலக்கியப்பிரதியானது சமூகவெளியில் உள்ள உண்மைகளை, எதார்த்தத்தை *represent* பண்ணுகிறது.

இலக்கியப்பிரதிகள் புறச்சூழல் நிகழ்வை, எதார்த்த வாழ்வை அப்படியே பிரதிபலிக்கிறதென நம்பப்படும் பார்வையை, அந்த நம்பிக்கையால் எதார்த்தத்தை வீடியோ பண்ண களமிறங்கும் போக்கை அவதானிக்கலாம். அந்தப் போக்கினூடாக உருவாக்கிக் கொள்ளும் பிரதியானது, உண்மையின் பதிவெனவும் எதார்த்த வெளிப்பாடெனவும் *claim* பண்ணுவதை இடையீடு செய்து கேள்விகளைக் கேட்டுக் கொள்வதனூடாக 'பிரதி கொண்டிருப்பதாக நம்பும் இந்த ரியலிஸ அரசியலை ப்ரேக் பண்ணிப்பார்க்க முடியும்.

மரத்தில் ஒரு குயில் இருக்கிறது. அது கூவுகிறது. அதனைப் பார்த்த நம் கவிஞர், அது தனியாக இருக்கிறதே.. அதன் ஜோடி எங்கிருக்குமோ என கவலையுறுகிறார் என வைத்துக் கொள்வோம். உடனே அவருக்குக் கவிதை பிறக்கிறது:

'தூரத்து மரக்கொப்பில்
தனிமையின் நெருவலுக்குள்ளிருக்கும்
அந்தக் குயில்
துணையின் குரல் தேடி
சோகமாய் கூவுகிறது'

இப்படியான கவிதையை நான்தான் எழுதியிருக்கிறேன் என வைத்துக் கொள்ளுங்கள். இக்கவிதைப் பிரதிக்குள் நான் எதார்தத்தை பிரதிபலிகிறேனா? அல்லது நான் எப்படிப் பார்க்கிறேனெனும் சிந்திப்பிலிருந்து ஒரு புனைவை செய்திருக்கிறேனா?? ட்ரஸ்ட் மீ.. இங்கிருக்கும் இலக்கியச் சூழலில், இப்பிரதி எதார்த்தத்தின் பிரதிபலிப்பு என்பதாகவே வாதிடுவர்.

நாவல், கதை எழுதுவதற்காக எங்கெங்கோ *field visit* செய்து பலரையும் பின்தொடர்ந்து போவதன் – அப்படிப் போனதாகச் சொல்லிக் கொள்வதன் பிரதான அரசியலே, உருவாக்கியிருக்கும் இலக்கியப் பிரதிக்காக *claim* பண்ணுகின்ற 'உண்மையின் சாட்சியம். எதார்த்த வாழ்வின் முன்வைப்பு போன்ற சமாச்சாரங்கள்தான். (ஆனால் நமக்குத் தெரியும் அது என்ன வகையான *cooked up* மெட்டீரியல் என்று)

அடுத்து, மொழி கொண்டிருக்கும் மாயத்தன்மை. அது கொண்டிருக்கும் நிலையால், எதனையும் துல்லியமாக வெளிப் படுத்த மொழி இடம்தருவதில்லை. 'கொஞ்சக் காலம்' என்பது

எனக்கு 12 மாதமாகவும், என் காதலிக்கு 12 நாட்களாகவும், காவல் துறைக்கு எத்தனையோ வருடங்களாகவும் இருக்கலாம். அச்சொல் எல்லோருக்கும் ஒரு படித்தான அர்த்தத்தை தருவதில்லை.

மேலே உருவாக்கியிருக்கும் கவிதையில் குயில் சோகமாகக் கூவுகிறது. இச்சோகமெனும் சொல்லை எந்த அர்தத்துடன், மனதிலான தாக்கத்துடன் பிரதியாசிரியர் கவிதைக்குள் வைத்தாரோ அதே அர்த்த தாக்கத்தை எந்த வாசகர்களும் எடுத்துக் கொள்ள முடிவதில்லை. ஒவ்வொருத்தரும் கொண்டிருக்கும் சோகங்களுக்கான அர்த்தம் அவரவர் சமூக கலாச்சார அனுபவங்களின் அடியாக பன்மைத்துவமானது.

இத்தனை விபரிப்புகளும், இலக்கியப்பிரதியால் எதார்த்தத்தை துல்லியமாகப் பதிவுசெய்ய முடியாது. மொழியும் அதற்கு இடம்தராது என்பதை சொல்வதற்காகத்தான். இருந்தும், இன்னும் இலக்கியப்பிரதிகள் எதார்த்தத்தை துல்லியமாக படம்பிடித்துக் காட்டுகிறது, பிரதிபலிக்கிறது என்பதாகவே *claim* பண்ணப்பட்டு வருகிறது.

ஆனால், ஒரு இலக்கியப்பிரதியை உருவாக்குவதற்காக மேற்கொள்ளும் *process* களையே பிரதியாக்கி நிகழ்த்திப்பார்க்கின்ற மெட்டாஃபிக்ஸன் வகைமைகள், தன்னை எதார்த்தத்தின் துல்லியமான பிரதிபலிப்பு – உண்மையின் சாட்சியம் என்றெல்லாம் *claim* பண்ணுவதில்லை. மாறாக, தான் தெளிவான பிரஞ்ஞையுடன் கட்டமைக்கப்படுகின்ற அல்லது புனையப்படுகின்ற ஒன்றுதான் என்பதாகவே *claim* பண்ணுகிறது; காட்டிக் கொள்கிறது.

புனையப்படும் பிரதிகளில் பெருவாரியானவைகள் தாங்கள் புனையப்பட்ட விசயத்தை வெளிப்படுத்துவதில்லை. அல்லது கமுக்கமாக மறைத்துக் கொண்டு, தாங்கள் எதார்த்தமான உண்மையின் சாட்சியம் என காட்டிக் கொள்கிறது. ஆனால், மெட்டஃபிக்ஸன் தான்கொண்டிருக்கும் புனைவுத்தன்மையை, புறச்சூழலின் துல்லியமான சாட்சி என்பதாகவெல்லாம் ஜில்மா பண்ணாமல், தான் உருவாக்கப்படுவதையே பிரதியாக்கி, தன்னை 100 வீதம் மொழிக்குள் நிகழ்த்தியிருக்கும் புனைவுதானென வெளிப்படுத்துகிறது. பிரதிகொண்டிருக்கும் எதார்த்த அரசியலை காட்டிக் கொடுத்துவிடுகிறது. இதனைத்தான் அந்த வாசிப்புப் பிரதியில் அப்படிச் சொல்லியிருப்பேன்.

❖

12

கொஞ்சம் கழுவலும் பின்பொரு வாசிப்பும்

இலக்கிய ஈடுபாடு கொண்டவர்கள் சந்தித்துக் கொண்டால், உரையாடலின் பெரும்பகுதி பிற இலக்கியவாதிகளைக் கழுவிக் கொள்வதாக அமைவது காலாகால நிகழ்வுதானே. இன்று சந்திதுக் கொண்ட நானும் தோழர் தனிஸ்கரனும் வீதி விளக்குகளா என்ன?

யார் யாரையெல்லாம் கழுவினோம் எனும் பட்டியலை முன்வைக்கும் பக்குவம் அடியேனுக்கு இன்னும் வாய்க்கவில்லை. (இப்படிச் சொல்வது அண்மையில் கண்டடைந்த நல்ல நழுவல் சாக்கு)

கதைத்துக் கொண்டிருந்த விசயம் வாசிப்புவிமர்சனம் பக்கமாய் நகர தோழர் ஸமான் பதிவிட்ட கவிதை, உரையாடலுக்குள் வந்து விழுந்தது. (இப்படி சொல்ல நீங்கள் யோசிக்கக் கூடும், கழுவுதலின் இறுதி ஆளாய் ஸமான் அமையப் பெற்றிருக்கலாம் என. நான் இல்லையென்று சொன்னால் நம்பவா போகிறீர்கள்..?

ஸமானின் கவிதைப் பிரதியும் அதனுடன் இடைவினையாற்றக் கிடைத்த வாசிப்பையும் இனிப் பார்க்கலாம்.

பாதைகள் தோறும்
நிறையக் கற்கள்
நிர்வாணமாய் கிடக்கின்றன
அணிவித்துவிட
என்னிடமிருப்பது
ஒரே ஒரு நிழல்தான்.
இன்றைய நாளை கடந்து செல்ல
இந்தக் கவலை போதுமானது

-ஜெம்சித் ஸமான்

இப்பிரதிக்குள் வைக்கப்பட்டிருக்கும் கவிதை சொல்லி, ஒரு முறை வீதியில் இறங்கிப் பார்க்கிறார். பாதை முழுதும் கற்கள் நிர்வாணமாய்

குவிந்து பரவிக்கிடப்பதை காண்கிறார். உடனே அவைகளின் மீது அனுதாபம் பொங்க உதவப் பார்க்கிறார். அவைகளுக்கு அணிவித்து, அவைகளின் நிரவாணத்தை மறைத்துவிட; தன் கலாச்சாரத்தைக் காப்பாற்றிவிட அல்லது நாகரிகத்தை கற்றுக் கொடுத்துவிட அவரிடம் கைவசம் இருப்பதோ ஒரே ஒரு நிழல். அய்யகோ! அவர் என்ன செய்வார்..? இருப்பதையும் கொடுத்து விட்டால் தான் அம்மணமாகி விடுவாரே. தான் உதவியென நம்பியதை வளங்கிவிட முடியாத கவலையையும் குற்றவுணர்ச்சியையும் மனதில் சுமந்து கொண்டு செல்கிறார். இன்றைய நாள் முழுக்க அவர் மனதை இக்கவலை ஆட்டிப் படைக்கப் போகிறது. பாவம்.

பாதைகள் தோறும் கிடந்த கற்கள் எதுவுமே தாங்கள் உடுத்துக் கொள்ள நிழல்கள் அற்று, துன்பப்பட்டு வருந்துவதாக அல்லது உடுத்துக் கொள்வதற்கான நிழல்களின் பால் தேவையுடயவர்களாய் இருப்பதாக ஊகிக்கக் கூடிய எந்தக் குறிப்புகளும் பிரதிக்குள் கிடையாது.

ஒரு சில கற்கள் மாத்திரமாவது உடுக்க நிழல்களற்று வீதியின் ஓரங்கள், இடுவல்களுக்குள் ஒழிந்து மறைந்து கொண்டு சிரமப்படுகின்றன என்பதை அறிந்து கொள்வதற்கான சம்பவக் குறிப்புகளும் கிடையாது. அப்படியான குறிப்புகள் இருந்தாலாவது, உண்மையில் அவைகள் உதவியின் பாற்பட்டு நிற்கின்றன. ஆனால், வெட்கத்தை விட்டுக் கேட்க அல்லது வெளியில் வரத் தயங்குகின்றன என ஊகித்துக் கொள்ளலாம்.

ஆனால், பிரதிக்குள் குறிப்பிட்டிருப்பதோ: //பாதைகள் தோறும் நிறையக் கற்கள் நிர்வாணமாய் கிடக்கின்றன.// அவைகள் அனைத்தும் பொதுப்பரப்பில் சங்கடமற்று கூட்டம் கூட்டமாக நிழல்கள் பற்றிய பிரங்கை அற்று இருக்கின்றன. கவிதை சொல்லிக்குத் தான் சங்கடம் ஏற்படுகிறது. இப்படி நிழல்கள் எதுவும் அணிந்திராமல் கற்கள் அம்மணமாக தான் பின்பற்றும் நாகரிகம் தெரியாதவைகளாக கிடக்கின்றனவே. அவைகளுக்கு நாம் நிழல்கள் கொடுத்து அணிவித்து நாகரிகப்படுத்தி இருக்கவேண்டாமா எனக் குற்றவுணர்வை தனக்குள் வரித்துக் கொள்கிறார். பின்பு, தன் இயலாமையை நினைத்து வருந்துகிறார்.

இப்படித்தான், அரசச்சார்பற்ற தொண்டு நிறுவனங்கள் இங்கு வந்து நம் சமூகத்தை பார்த்து உச்சாப்பு கொட்டுவார்கள்..

“பாருங்களேன், இந்தப் பாடசாலைச் சிறுவர்கள் தரையில் குந்தியிருந்து சாப்பிடுகிறார்கள்; நாயும் பூனையும் அவர்களுக்குப் பக்கத்தில் கிடக்க... அவர்கள் சாப்பிடுவதற்கென்று டைனிங்க் டேபிள்களை வாங்கி அன்பளித்து உண்ணவைக்க வேண்டாமா..? அவர்களும் முன்னேற வேண்டாமா.. *Civilised* ஆக வேண்டாமா” எனக் கேட்டு அனுதாபப் படுவார்கள். அவர்கள் பின்பற்றுவதே சிறந்தது. நாகரிகமானது. நியாயமானது என நம்புபவர்கள் அவர்கள்.

இந்த வகையில், ஸமானின் பிரதியானது எப்படிக் கலாச்சார ஏகாதியத்தை நைசாக திணிக்கும் வன்முறை கொண்ட பிரதியாக அமைந்திருக்கிறது என வாசிப்பை முன்வைத்து கதைத்துக் கொண்டோம். நல்ல வேளை, ஸமானின் கவிதையில் வைக்கப்பட்டிருக்கும் கவிதை சொல்லியிடம் ஒரே ஒரு நிழல் இருந்து தொலைத்தது.

13

ஞானக்கூத்தனின் பிரதியொன்றுடன் இடைவினை புரிதல்

குறித்த இக்கவிதைப் பிரதியின் மீதான வாசிப்பை முன்வைப் பதற்கு முன்பாக ஒரு விடயத்தை இங்கு தெளிவுபடுத்தி விடுவது பொருத்தம். அது, கவிதைப் பிரதிகள் மீதான எனது வாசிப்பு நிலைப்பாடுகளில் அடிப்படையாக இயங்கும் விசயங்களில் ஒன்றைப் பற்றியது.

கவிதைகள் என்பது மொழியில் செய்யப்படும் ஒரு வேலைப் பாடு. அது கவிதையை செய்யும் ஆசிரியரால் பிரஞ்சை பூர்வமாகவே மேற்கொள்ளப் படுகிறது. கவிதைப் பிரதிக்குள் வைக்கப்பட்டிருக்கும் சொற்கள் ஒவ்வொன்றும் பிரஞ்சை பூர்வமாகத் தெரிவு செய்யப்பட்டு பிரதிக்குள் ஒழுங்கமைக்கப்படுகின்றன. பல சொற்களுக்கு மத்தியிலிருந்து, குறிப்பாகத் தெரிவு செய்து, பிரதிக்குள் வைக்கப்படும் அச்சொற்களைப் பற்றிப்பிடித்தே வாசிப்பினை மேற்கொள்ளுதல். அந்த வாசிப்பு, பிரதியாசிரயர் எதனை நினைத்து எழுதியிருப்பார் எனும் கோணத்தில் சிந்திப்பதில்லை. என்னென்ன சம்பவங்கள், என்னென்ன கூற்றுகள் வைக்கப்பட்டிருக்கின்றனவோ அவைகள் பிரதிக்குள் என்ன செய்கின்றன, எவற்றை கதையாட முனைகின்றன என ஒரு வாசகத் தரப்பிலிருந்து திருகப்படும் வாசிப்பினையே மேற்கொள்கிறேன். இதுதான் அந்த நிலைப்பாடு.

இப்படி ஒரு பீடிகையை ஏன் தருகிறேன் என்பதற்கான நியாயப்பாடுகளை, மேற்கொண்டு நிகழ்த்திப் பார்க்கப் போகும் வாசிப்பில் நீங்களே அறிந்துகொள்வீர்கள். இனி குறித்த கவிதைப் பிரதியை வாசிக்கலாம்.

தேனீ

வண்டின் மென்மையான ரீங்காரம்
செவியில் ஒலித்தது.
எங்கே வண்டென்று தேடினேன்.
வரவேற்பறை முழுவதும்
பறந்து பறந்து சுற்றிப் பார்த்த
அந்தத் தேனீ
என்னையும் ஒரு முறை சுற்றிப் பார்த்தது.
பால்கனிப் பக்கம் பின்னர் பறந்தது.
சில நாட்கள் சென்றதும்
வாரணாசி சாது சன்யாசி ஒருவர்
பால்கனியில் தலைகீழாய்த் தொங்கி
விளையாட்டுக் காட்டினாற் போல
ஒரு பெரிய தேன்கூடு.
எண்ணற்ற தேனீக்கள் சுற்றின.
தேனீ கொட்டும் கடுக்கும்.
சருமம் தடிக்கும் என்றார்கள்.
மலையில் கட்டப்பட வேண்டிய தேன்கூடு
என் வீட்டு பால்கனியில் கட்டப்பட்டது.
ஆட்களை ஏவி தேன்கூட்டைக்
கலைக்கச் சொன்னேன். அவர்கள்
கூட்டைக் கலைத்த பாங்கு எனக்குக்
கொஞ்சமும் பிடிக்கவில்லை.
கவலைப்பட்டவாறு உட்கார்ந்திருந்தேன்.
வண்டின் மென்மையான ரீங்காரம்
செவியில் ஒலித்தது. சட்டென்று
என்னை அறியாமல் மன்னி என்றேன்.
சொல்லிவிட்டுத்தானே கட்டினேன் என்பது போலக்
காதில் அருகில் முரன்றது தேனீ.

- ஞானக்கூத்தன்

இப்பிரதியானது, அதில் வரும் கவிதை சொல்லிக்கும், ஒரு தேனீக்கும், எண்ணற்ற தேனீக்களுக்கும், அதைக்கலைப்பவர்களுக்கும் இடையில் நிகழும் interactionகளாக கட்டமைக்கப்பட்டிருக்கிறது. இப்பிரதியில் வைக்கப்பட்டிருக்கும் கவிதைசொல்லி தேன்கூட்டை எப்படி விபரிக்கிறார் என்பதை முதலில் இடையீடு செய்து பார்ப்போம்.

//வாரணாசி சாது சன்யாசி ஒருவர் பால்கனியில் தலைகீழாய்த் தொங்கி விளையாட்டுக் காட்டினாற் போல ஒரு பெரிய தேன்கூடு//

'பால்கனியில் ஒரு தேன்கூடு' என்று சொல்லிவிட்டாலே அர்த்தப்படுத்திக் கொள்ளமுடியுமான ஒரு விசயத்தினை, "சாது சன்யாசி தலைகீழாகத் தொங்கியது போல்'' எனச் சொல்வதனூடாக,

நாம் ஊகித்துக் கொள்ளமுடியுமான ஒரு விசயம் இருக்கிறது. அவர் அந்தத் தேன்கூட்டை, அது தலைகீழாகத் தொங்குகிறது எனப் பார்க்கிறார். அதனால்தான் அப்படி ஒரு உவமையை தெரிவு செய்து தேன்கூட்டை விபரிக்கிறார் எனும் வாசிப்பு நிலைப்பாட்டிற்கு வரமுடியும்.

"தலைகீழாகத் தொங்கும் தேன்கூடு". தேனீக்கள் சேர்ந்து அவைகளுக்குத் தேவையானது போல் கூட்டைக் கட்டுகின்றன. எங்காவது தொங்கிக் கொண்டிருக்கும் படியாகக் கூட்டை அமைக்கின்றன. எனில், அவைகளுக்கு அது இயல்பான வடிவமாகத் தானே இருக்கும்?

மனிதர்களுக்குத் தான் 'காலில் நிமிர்ந்த நிற்றல்' என்பது நேரானது; இயல்பான விடயம். அதனால் தான் தலைகீழாக நிற்பவரை, கைகளில் நடப்பவரைப் பார்த்து 'தலைகீழாக நிற்கிறார்' எனச் சொல்லும் அதேவேளை, காலில் நடப்பவரைப் பார்த்து 'தலை மேலாக நடக்கிறார்' எனச் சொல்வதில்லை.

இந்த விபரிப்புகள் எல்லாம் எதெற்கென்றால், பிரதியில் உள்ள கவிதைசொல்லி மனிதனை மய்யத்தில் வைத்து அல்லது அடிப்படையாகக் கொண்டு, மனிதமற்றமைகளது இருப்பின்/ இருப்பிற்கான ஒழுங்கை சிந்திக்கும் நிலைப்பாட்டினை தெளிவுபடுத்தத்தான். மனிதன் தவிர்ந்த ஒவ்வொரு உயிரிகளினதும் இருப்பானது, "மனித மய்ய சிந்திப்பிலிருந்து விடுபட்ட சுய தன்நிலையுடனேயே" இருக்கின்றன.

அறிவியலின் நீண்ட வரலாற்றில், மனிதன் என்றுமே மையத்தில் இருந்துகொண்டு தன்னை 'அறியும் தன்னிலையாகவும்', மனிதமற்றவைகளை 'அறியப்படும் பொருளாகவுமே' பாவித்து வந்திருக்கிறான். இந்த மனித மய்ய சிந்திப்பு நிகழ்த்தும் அடிப்படையான வன்முறை என்னவென்றால்: அது வித்தியாசங்கள் கொண்ட மனிதமற்ற தன்னிலைகளை (subjective inhuman beings), அவைகளின் வித்தியாசங்களுடன், மனிதனைப் போன்று இருப்பிற்கான அத்தனை நியாயங்களுடனேயே அவைகளும் சுதந்திரத் தன்னிலைகளாக வாழுகின்றன எனும் சிந்திப்பை அக்கறை கொள்ளாமல் விட்டதினூடாக, அவைகளெல்லாம் நமது தேவைகளுக்காகவும் நலன்களுக்காவும் உள்ளன எனும் நிலைப்பாட்டிலிருந்து அறிவியலைக் கட்டமைத்ததுதான்.

இந்த வன்முறையின் விளைவுகளாக நிகழ்ந்துவரும் இரு போக்குகளை அவதானிக்கலாம்.

ஒன்று: மனிதமற்றமைகளை தங்களுக்கான பயன்படு பொருட்களாகப் பார்த்து அவைகளின் மீது நிகழ்த்தப்பட்டுவரும் அழிவுச் செயற்பாடுகள். காடழிப்பு, மணல் அகழ்வு, மலைகள் உடைப்பு, சுற்றுச்சூழலை மாசுபடுத்தல், கொங்கிரீட்டைக் கொண்டு நிலப்பரப்பை மறைத்தல், அணுஆயுதப் பரிசோதனை என்று நீளும் இப்பட்டியல்.

இரண்டு: "மனிதர்கள் போதிய அளவு புரிதலும் விழிப்புணர்வும் இல்லாமல், மனிதத்தன்மை அற்று, இப்படியாக இயற்கைகளை அழித்தொழிக்கிறார்களே... அய்யோ பாவம் அவைகள்" என அறிவித்துக் கொண்டு களத்தில் இறங்கியிருப்பவர்களின் செயற்பாடுகள். இவர்களைப் பொறுத்த வரைக்கும் தங்களை (மனிதர்களை) உதவும் தன்னிலைகளாகவும் மனிதமற்றவைகளை 'உதவி பெறும் நிலையிலுள்ள பாவப்பட்ட ஜீவன்கள்; கருணை காட்டப்பட வேண்டியவைகள்' என்பதாகவுமே பேண முற்படுவர்.

இவர்கள் சொல்லும் விசயமான 'மனிதர்களுக்கு புரிதலும் விழிப்புணர்வும் இல்லை' என்பதனுடாக அவர்கள் விழிப்புணர்வூட்ட முனைவது என்ன தெரியுமா? இப்படிப் பொறுப்பற்று, புரிதலின்றி மனிதமற்றவைகளை அழித்துக் கொண்டு சென்றால் பாதிப்பு மனித இனத்திற்குத்தான். மரங்களும் காடுகளும் அழிக்கப்பட்டால் மனிதனால் இங்கு வாழ முடியாமல் போய்விடும். எனவே மரங்களை வளர்ப்போம் என விழிப்புணர்வூட்டுவார்கள். அதாவது, மனிதர்களின் ஆரோக்கியமான வாழ்தலுக்கும் இருப்பிற்கும் மனிதமற்றவைகள் பாதுகாக்கப்பட வேண்டும். எனவே பாதுகாப்போம் என்பதைத்தான் அவர்கள் விழிப்புணர்வு எனக் கருதுகிறார்கள். அங்கும் மனித நல மய்ய அரசியல் தான் பின்புலமாக இயங்குகிறது.

அவைகள் அழிக்கப்படுவதையும் அழிவிற்கான காரணத்தையும் தடுப்போம். ஏனெனில், அவைகளும் தங்களின் சுய இருப்பிற்கான சுதந்திரத்தையும் உரிமைகளையும் கொண்டிருக்கின்றன என்பது கவனிக்கத் தவறிவிடும் புள்ளி.

❖

இப்பிரதியில் தேன்கூட்டைக் கலைப்பதற்கு கவிதை சொல்லி இரண்டு காரணங்களை முன்வைக்கிறார். தேனீக்கள் தனக்கு ஆபத்தை ஏற்படுத்தும் என்பது ஒன்று. இரண்டாவது காரணத்தை, இடையீடு செய்துபார்க்க எடுத்துக் கொள்வோம்.

//மலையில் கட்டப்பட வேண்டிய தேன்கூடு என் வீட்டு பால்கனியில் கட்டப்பட்டது.//

இங்கு கவிதைசொல்லி அறியத்தரும் அவரின் திடமான நிலைப்பாடு என்னவென்றால்: தேனீக்கள் அவைகளுக்கான இருப்பிடங்களை அமைத்துக் கொள்ள வேண்டிய இடம் மலைகள். அதுதான் அவைகளுக்குச் சொந்தமான எல்லை. இந்த பால்கனி எனக்குச் சொந்தமான எல்லை. எனது எல்லைக்குள் அவைகளின் வாழ்விடத்தை அமைத்தது பிழை. ஆகவேதான் அதன் கூட்டைக் கலைக்கிறேன்.

மனித இனம், குடும்பம் எனும் கருத்தமைவை உருவாக்கி ஒரு எல்லையைப் போட்டுக் கொண்டது. அந்த எல்லைக்குள் இருப்பவை தங்களுக்கு மாத்திரமே உரியதென சொந்தம் கொண்டாடியது. அந்த எல்லையாக இரத்த உறவுகள், திருமண உறவுகள், வீடு, காணி, தோட்டம் துறவுகள் என்பவற்றைச் சொல்லலாம். அது அந்த எல்லைக்குள் இன்னொருவர் நுழைவதையும் வாழ் வதையும் எதிர்த்தது. அப்படி இன்னொருவர் நுழைவது என்றால், அவர்களிடமிருந்து 'அனுமதி பெறல்' எனும் விடயத்தை அடிப்படையான நிபந்தனையாக முன்வைத்தது.

இந்தக் குடும்பங்கள் இணைந்து சாதிகள், இனங்கள், சமூகங்கள் எனும் கருத்தமைவுகளையும் நாடு எனும் கருத்தாக்கத்தையும் உருவாக்கிப் புவிப்பரப்பில் எல்லைகளை போட்டுக் கொண்டன. ஒவ்வொரு நாட்டின் எல்லைக்குள்ளும் இருந்தவர்களை / பிறந்து வளர்ந்தவர்களை (இது ஒவ்வொரு நாட்டின் சட்ட நிலைப்பாடுகளின் அடிப்படையில் அமைகிறது என்பதாக சிக்கலடைந்திருக்கிறது) அந்தந்த தேசத்திற்கு உரியவர்களாக்கின. ஒரு எல்லைக்குள் இருப்பவர் மற்றொரு எல்லைக்குள் பிரவேசிக்க பாஸ்போர்ட் அனுமதி கோரத்துவங்கியது. யாதும் ஊரே யாவரும் கேளீர் எனும் சிந்திப்பு சிறு துளியளவேனும் தலைநீட்ட இயலாமல் போனது.

ஒவ்வொரு நாடும், நாடுகள் இணைந்த கூட்டமைப்புகளும் சுதந்திரத்தை வலியுறுத்தவும் மனிதாபிமானத்தை தட்டிக்

கொடுப்பதையும் ஒரு பகுதியாக மேற்கொள்ளவே செய்கின்றன. ஆனால் ஒரு நாட்டிற்குள் இருந்து இன்னொரு நாட்டின் எல்லைக்குள் நுழைவதையும் வாழ்வதையும் சுதந்திரமான ஒன்றாய் அணுக இடம் தருவதில்லை. இன்னொரு நாட்டவர் தங்களின் நாட்டுக்குள் நுழைய ஒவ்வொரு நாடும் ஏற்றுக் கொள்ளும்படியான காரணங்களையும் அனுமதிப் பத்திரத்தையும் கொண்டிருப்பதை கட்டாய நிபந்தனைப் படுத்தியிருக்கிறது. அப்படிச் செய்வது நியாயமான ஒன்றுதானே என்பதை இயல்பாய் ஏற்கும்படி, குடும்பமும் தேசியமும் ஒவ்வொருவர் மனதிலும் அதனை normalize பண்ணி ஆழப்பதியச் செய்துவிட்டிருக்கும்.

இந்தத் தேசிய எல்லைச் சிந்தனையில் பாதிப்புற்ற ஒரு கவிதை சொல்லியைத்தான் நாம் இந்தப் பிரதிக்குள் எதிர்கொள்கிறோம். எனவேதான் தனது எல்லைக்குள் அத்துமீறி வாழ முற்படும் தேனீக்களின் கூட்டை அழிக்கிறார். அக்கவிதைப் பிரதியின் இறுதிப் பகுதியில், தேன்கூட்டைக் கலைத்ததற்காக கவலை கொள்பவரிடம், அனுமதி கேட்டுத்தானே கட்டினேன் என்பதுபோல் தேனீ முரன்றதாக சொல்லும் விசயமும், இவர் இந்த எல்லைச் சமாச்சாரத்தில் பாதிப்புற்றிருக்கும் விசயத்தைதான் உறுதிப்படுத்துகிறது.

இப்படியெல்லாம் விபரித்துவிட்ட பிறகும், உங்களிடம் ஒரு கேள்வி துருத்திக் கொண்டு நிற்கலாம். கவிதை சொல்லியின் இந்த நிலைப்பாட்டில் என்ன தவறு? அதுதானே எதார்த்தம். நமது வீட்டில் எவராவது அனுமதியின்றி நுழைந்து வாழ முற்படுவதை அனுமதிப்போமா?

வீடு, குடும்பம், சொத்து, பின்பதனைப் பரம்பரையாகப் பேணுதல் போன்ற கருத்தமைவுகளானது, பலவகையான எல்லைப்படுத்தல் செயற்பாடுகளை மேற்கொண்டு, ஆதிக்கத்தைக் கட்டமைக்கவும் அதனை நிலைபேறடையச் செய்யவுமே முனைகின்றன. அக்கருத்தமைவுகளில் இருந்து விடுபடுவதற்கான எத்தனங்களை மேற்கொள்ளுதலானது முக்கியமானதாக அக்கறை கொள்ளப்பட வேண்டிய ஒன்று என்பதுதான் எங்களின் நிலைப்பாடு. குறைந்தது, அதனை நாம் வடிவமைக்கும் இலக்கியப் பிரதிகளுக்குள்ளாவது கடந்து வருவதற்கான சிந்திப்புகளை செய்து பார்க்கலாம். இலக்கிய பிரதி எத்தகைய சிந்தித்தலுக்குமான சாத்தியத்தைத் தரவே செய்கிறது.

கவிதை சொல்லியின் நிலைப்பாட்டை தொந்தரவு செய்ய இன்னொன்றையும் இங்கு சொல்லிவிடலாம். நாம் ஏற்படுத்திக்

கொண்ட இந்த எல்லைகள் பற்றிய புரிதலுடன் மனிதமற்றவைகள் இயங்குவதில்லை. நாம் ஏற்படுத்திக் கொண்ட இந்த எல்லைக் கான்செப்டை கொண்டு வந்து, இந்த எல்லைகள் குறித்த பிரஞ்சை அற்று இயங்குபவைகளின் மேல் திணித்து தீர்ப்பு வழங்குவதும், எல்லைக்குள் அத்துமீறுவதாகக் கருதி கூட்டைக் கலைத்து வீசுவதும் மனிதமய்ய மேலாதிக்க அடாவடித்தனம்.

இந்த வன்முறைகளையெல்லாம் கடந்து பார்ப்பதற்கான இடத்தையும் சாத்தியத்தையும் இலக்கியப்பிரதிகள் தரவே செய்கின்றன. எதார்த்தத்தைத்தான் பிரதிபலித்தாக வேண்டும் எனும் இன்றியமையாத எந்தக் கடப்பாடும் இலக்கியப்பிரதிகளுக்குக் கிடையாது. அவைகளால் அப்படி எதார்த்தத்தைப் பிரதிபலிக்க முடிவதும் இல்லை.

❖

அடுத்து நாம் அவதானிக்கப் போவது, கவிதை சொல்லி ஏன் கவலைப்பட்டார் என்பது பற்றி.

//ஆட்களை ஏவி தேன்கூட்டைக் கலைக்கச் சொன்னேன். அவர்கள் கூட்டைக் கலைத்த பாங்கு எனக்குக் கொஞ்சமும் பிடிக்கவில்லை. கவலைப்பட்டவாறு உட்கார்ந்திருந்தேன்.//

இங்கே கவிதைசொல்லி கவலைப்படுவதை அறியத்தருகிறார். அந்தக் கவலைக்கு காரணம் கூட்டைக் கலைத்ததா என்று கேட்டால், இல்லை. கூட்டை ஏன் கலைத்தார் என்பதற்கான அவரின் நியாயத்தை தெளிவாகவே முன்வைத்திருப்பதைத்தான் முன்பு இடையீடு செய்து பார்த்தோம்.

அவரின் இந்தக் கவலைக்கு காரணம்: கூட்டைக் கலைப்பதற்காக அவர் ஏவிய ஆட்கள் கூட்டைக் கலைத்த பாங்கு அவருக்குப் பிடிக்க வில்லை. இங்கும் கவிதை சொல்லி அவரின் விருப்ப வெறுப்பைத்தான் மையப்படுத்தி கவலைப்படுகிறார். கவனியுங்கள், கூட்டைக் கலைக்க தேனீக்களைத் துன்புறுத்தியது எனக்குப் பிடிக்கவில்லை என்று அவர் சொல்லவில்லை. ஆனால் இதைத்தான் கவிதை சொல்லியும் சொல்ல வருகிறார் என இன்னொரு வாசகர் அந்த வரிகளை அர்த்தப்படுத்திக் கொள்ள முடியும்.

ஆனால் இங்கு நாம் பிரயோகிக்கும் வாசிப்பானது, பிரதியை வடிவமைத்தவர் என்ன அர்த்தத்தில் சொல்லவந்தார் என்பதை

கண்டுபித்துக் காட்டும் வேலையைச் செய்வதில்லை. அது பிரதிக்குள் என்ன சொற்கள் வைக்கப்பட்டிருக்கிறதோ அவைகளை வைத்துத்தான் வாசிப்பை நகர்த்தும்.

சரி, இருந்தாலும் நாம் அந்த அர்த்தத்திலும் இதனை வாசித்துப் பார்ப்போம். ஏவப்பட்டவர்கள் கொஞ்சம் காட்டமாக தேனீக்களுடன் நடந்துகொண்டு கலைத்திருக்கிறார்கள். அதனால் தான் கவலைப்படுகிறார் என வைத்துக் கொள்வோம். அந்தக் கவலையும் எப்படிப் பட்டதென்றால்: கொலை செய்வது பிழை அல்ல. கொஞ்சம் வலிக்காமல் கொலை செய்திருக்கலாம் என்பதுதான்.

அடுத்து இருப்பது அவர் மன்னிப்புக் கேட்கும் பகுதி.

//கவலைப்பட்டவாறு உட்கார்ந்திருந்தேன். வண்டின் மென்மையான ரீங்காரம் செவியில் ஒலித்தது. சட்டென்று என்னை அறியாமல் மன்னி என்றேன்.//

இந்த மன்னிப்பு, தேன்கூட்டைக் கலைத்ததற்காக அல்ல. நான் ஏவிவிட்டவர்கள் எனக்குப் பிடிக்காதது போல் கலைத்ததற்காக. அல்லது அவைகளைத் துன்புறுத்திக் கூட்டைக் கலைத்ததற்காக என்றே வைத்துக் கொள்வோம். அவர் அப்படி செய்தது தவறு என்றுணர்ந்து பிரஞ்சைபூர்வமாகவா அப்படி மன்னிப்புக் கேட்டார்? என்றால், (அங்கும் ஒரு டுவிஸ்ட்) அதுதான் இல்லை. அவரை அறியாமல் தான் கேட்டுவிட்டிருக்கிறாராம்.

நீங்கள் கோபத்திலும் டென்ஷனிலும் இருக்கும் போது உங்களிடம் வரும் உங்கள் நண்பர், உங்களை வழமை போன்று கிண்டல் செய்கிறார். நீங்களும் தாறுமாறாக ஏசித் திட்டிவிடுகிறீர்கள் என வைத்துக் கொள்ளுங்கள். சிறிது நேரம் கழித்து அவரிடம் போய் சொல்கிறீர்கள்: "சாரிடா, டென்ஷனில தெரியாம அப்பிடி பேசிட்டன். மன்னிச்சுக்கோ." இது நமக்குத் தெரியும்.

ஆனால் இப்பிரதியில், 'தெரியாம மன்னிப்புக் கேட்டிட்டேன்' எனச் சொல்கிறார். இது என்ன டிசைன்? மன்னிப்புக் கேட்டதும் தவறு என்பது போல் அல்லவா வெளிப்படுத்துகிறார்?

அவர் ஒரு உந்துதலில், சடுதியாக மன்னிப்புக் கேட்டுவிட்டார் என்பதைத்தான் அப்படிச் சொல்கிறார் என்று இன்னொருவர் அர்த்தப்படுத்திக் கொள்ளக் கூடும். அதில் தவறில்லை. ஆனால்

இமாம் அத்னான் ♦ 77

இந்த வாசிப்பு முறையானது அதனைச் செய்வதில்லை. இந்த வாசிப்புப் பிரதியின் துவக்கத்திலிருந்தே சொல்லி வருவதை போல், கவிதைப் பிரதிக்குள் பிரஞைபூர்வமாக தெரிவு செய்யப்பட்டே சொற்கள் வைக்கப்படுகின்றன. வைக்கப்பட்டிருக்கும் சொற்களைக் கொண்டுதான் இவ்வாசிப்பு திருகப்படுகிறது.

ஒரு வழியாகக் கவிதைப் பிரதியின் இறுதிப் பகுதிக்கு வந்துவிட்டோம். எஞ்சியிருப்பது:

//சொல்லிவிட்டுத்தானே கட்டினேன் என்பது போலக்

காதில் அருகில் முரன்றது தேனீ.//

இப்பகுதியில், தேனீ அவரிடம் முன்பே கூடுகட்ட அனுமதி கேட்டிருக்கிறது எனும் விடயத்தை அறிந்து கொள்கிறார். இந்த அறிதலில் இருந்தும் அவர் இரு நிலைப்பாட்டிற்குச் செல்லக் கூடும்.

ஒன்று: அது என்னிடம் அனுமதி கேட்கவே செய்திருக்கிறது. அன்று நான் அதனைப் புரிந்துகொள்ள வில்லையே. அதனால் எவ்வளவு விபரீதம்? புரிந்து கொண்டிருந்தால் அனுமதி கொடுத்திருக்க மாட்டேனே.. இந்த மனஸ்தாபமும் ஏற்பட்டிருக்காதே எனப் பச்சாதாபப் படலாம். (அவர் அனுமதி கொடுக்க மாட்டார் எனும் முடிவுக்கு ஏன் வரமுடிகிறது என்றால், அவைகள் கூட்டைக் கட்ட வேண்டிய இடம் மலைகள். எனது எல்லைக்குள் கட்டிவிட்டால் எனக்கு ஆபத்து என அவர் கொண்டிருக்கும் அவரின் நிலைப்பாட்டினால்தான்.)

இரண்டு: அது அன்று என்னிடம் அனுமதி கேட்டது எனக்குப் புரியவில்லை. அது அனுமதி கேட்டிருந்தாலும் கேட்காவிட்டாலும், நான் தான் அனுமதி கொடுக்க வில்லையே. பின் அது எப்படிக் கட்டும்? அது தவறுதானே என, கூட்டைக் கலைத்த தனது நிலைப்பாட்டை நியாயப்படுத்திக் கொள்ளவும் கூடும். அவர் இந்த நிலைப்பாட்டிற்குச் செல்வதற்கான வாய்ப்பு குறைவுதான். அது ஏனென்று நீங்களே கண்டுபிடித்து விட்டிருப்பீர்கள்

14

சுய-மய்யப்படுத்தலின் விபரீதம்

ஒரு பன்றியை வளர்ப்பதன் பின்னணியிலுள்ள

இறையாண்மை எனும் கெட்டவார்த்தை

நான் வளர்க்கும் பன்றி
மிகுந்த அன்பிற்குரியது
கொழுத்த, உப்பிய, பொசுபொசுவெனும் அதன்
வனப்பு
ஒரு யுவதியினுடையதைவிடவும் மேலானது.
அது மெல்லச் செய்யும் ஒரு வாய்ப்பதிவில்
நாசியில் ஏறுகிறது பீ நாற்றம்
அதைத் துடைப்பதில்
உங்களுக்கு ஏன் இத்தனை அவசரம்.

- றாம் சந்தோஷ்-

இப்பரிதியில் வைக்கப்பட்டிருக்கும் கவிதை சொல்லி, தான் வளர்க்கும் பன்றி தனது அன்பிற்குரியதென்றும் அதன் அழகு எப்படிப்பட்டது தெரியுமா என்றும் தனக்கு எதிரில் பிரதிக்குள் வைக்கப்பட்டிருப்பவர்களிடம் கூறுவதாகவும், அவர்களிடம் அப்பன்றி வாய்பதிப்பதையும் அதற்கு அவர்கள் காட்டும் துலங்கலை ஆச்சரியத்துடன் முரன்படுவதையும் கவிதைக்கான சம்பவங்களாக விபரிக்கிறார்.

இங்கு கவிதைசொல்லி பன்றியின் வனப்பு எப்படிப்பட்டது தெரியுமா என அறியத்தரும் விபரிப்பை இடையீடு செய்து பார்க்கவேண்டிய இரு சிக்கல்களைக் கொண்டிருக்கின்றன.

//கொழுத்த, உப்பிய, பொசுபொசுவெனும் அதன் வனப்பு ஒரு யுவதியினுடையதைவிடவும் மேலானது.//

1.

இந்தக் கூற்றானது, வித்தியாசமான இரண்டை வைத்துக் கொண்டு ஒன்றை மேன்மைப் படுத்தும் வன்முறைப் பார்வையினை கவிதை சொல்லி கொர்ண்டிருக்கிரார் என அறியத்தருகிறது.

ஒரு யுவதியினுடைய வனப்பு என்பது வேறு. கவிதைசொல்லி ரசிக்கும் பன்றியின் வனப்பு வேறு. இந்த வேறுபாட்டை அல்லது வித்தியாசத்தைப் புரிந்து கொள்ள ஒப்பீடு செய்வதில் எந்த சிக்கலும் இல்லை. ஆனால் இந்த ஒப்பீடை வைத்துக் கொண்டு SUPERIOR பண்ணுவதோ INFRIOR பண்ணுவதோ தெளிவான வன்முறைப் பார்வை.

இன்று வரை இங்கு நிகழ்ந்தேறிவரும் சமூக பிரச்சினைப் பாடுகளுக்கான; வன்முறைச் செயல் விளைவுகளுக்கான தூண்டல் காரணிகளில் இத்தகைய ஒப்பீடு செய்து மேன்மைப்படுத்தும் அல்லது இழிவுபடுத்தும் இத்தகைய சமூகக் கதையாடலும் முக்கிய காரணம்.

2.

இந்த ஒப்பிடுதலானது, பிரதிக்குள் வைக்கப்பட்டிருக்கும் கவிதை சொல்லி ஒரு யுவதியை எப்படிப் பார்க்கிறார் என்பதையும் அறியத்தருகிறது. அவர் பெண்களின் கொழுத்த உப்பிய பொசுபொசு சதைகளையே ரசிக்கிறார். அது தான் அவர்களுக்கு வனப்பென கொண்டிருக்கும் புரிதலை தெரியப்படுத்துகிறார். அப்படி ரசிப்பது தவறா என்று கேட்டால், உடனே இல்லையென்று சொல்லிவிடலாம். ஆனால், இப்படி ரசிப்பதற்கும் ஒப்பிடுவதற்கும் ஏன் ஒரு ஆணைத் தெரிவு செய்யவில்லை எனும் விசாரிப்பானது, (என் போன்ற இளைஞன்களுக்கும் கொழுகொழு பொசுபொசு உப்பிய பாகங்களுண்டு மைலோட்!) பெண்கள் குறித்து சமூக கதையாடலில் கட்டமைக்கப்பட்டிருக்கும் ‘beauty product’ ‘commodified erotic object’ போன்ற விசயங்கள் மீது கவனம் செலுத்த வேண்டிய தேவையை ஏற்படுத்துகிறது.

இங்கிருக்கும் வியாபார சூழலில்: சினிமா, தொலைக்காட்சி, விளம்பரங்கள், promoting செயற்பாடுகள் என பட்டியலிட்டுச் செல்லும் பலவித செயற்பாடுகளிலும் பெண்கள் எப்படி commodified erotic object ஆக பயன்படுத்தப்படுகிறார்கள் என்பதை அதிகம் இடையீட்டுப் பார்வையுடன் தொந்தரவு செய்ய வேண்டியிருக்கிறது. இதற்காக எல்லா வகையான பெண்களையும் தெரிவு செய்யப்படுவதில்லை என்பதையும் அக்கறை கொண்டு விசாரிக்கின்ற பொழுது, இன்னும் பல சிக்கல்களை அல்லது வன்முறைகளைப் புரிந்து கொள்ள வழியேற்படும்.

❖

கவிதை சொல்லியின் அன்பிற்கும் ரசித்தலுக்கும் பாத்திரமான பன்றி, எதிரில் இருப்பவர்களிடம் தனது வாயைப் பதிக்க, அதன் பீ நாற்றம் அவர்களின் நாசியில் ஏறுகிறது. உடனே அவர்கள் அதன் வாய் பட்ட பகுதியை துடைப்பதில் அவசரம் காட்டுகிறார்கள். இதனைப் பார்த்த கவிதை சொல்லி ஆச்சரியப்படுகிறார். ஏன் அதன் வாய் பதிந்த பகுதியைத் துடைப்பதில் அவசரம் காட்டுகிறீர்கள் எனக் கேட்கிறார். இப்படிக் கேட்பதிலும் இரு விசயங்கள் மறைவில் இருக்கின்றன:

1. நானென்றால் பன்றியின் பீ நாற்றம் நாசியில் ஏறட்டும் என விட்டுவிடுவேன். அதன் வாய் பதிந்த பகுதியைத் துடைக்கமாட்டேன் அல்லது துடைப்பதாக இருந்தாலும் இவ்வளவு அவசரம் காட்ட மாட்டேன். என கவிதை சொல்லி மறைவில் அறியத்தருகிறார்.

2. தான் செய்வது போன்றே பிறரும் பன்றியின் வாய்ப்பதிவுக்கு ரியக்ட் பண்ணவேண்டுமென கொண்டிருக்கும் எதிர்பார்ப்பையும் அறியத்தருகிறார். அந்த எதிர்பார்ப்பிற்கு மாற்றமாக அவர்கள் ரியக்ட் பண்ணுவதைப் பார்த்ததும்தான் ஆச்சரியப்பட்டுக் கேட்கிறார்: ஏன் அதன் வாய்ப் பதிவை துடைப்பதில் இத்தனை ஆச்சரியம் காட்டுகிறீர்களென.

ஆக, பன்றியின் பீ நாற்றத்திற்கு இப்படியெல்லாம் நீங்கள் துலங்கல் காட்டக் கூடாதென கவிதை சொல்லி அறியத்தருகிறார். அதாவது, அவரின் எதிர்பார்ப்பை பிறரில் கட்டமைக்கிறார்.

கவிதை சொல்லி பன்றியின் வாய்ப்பதிவையோ அதன் பீ நாற்றத்தையோ அலட்டிக் கொள்ளாமைக்கு அல்லது ரசிப்பதற்கு என்னகாரணம் என்பதையும் இக்கவிதைப் பிரதியில் அறியத்தருகிறார்:

1. அப்பன்றி கவிதை சொல்லியின் வளர்ப்புப் பிராணி. (எதிரில் வைக்கப்படிருப்பவர்களின் வளர்ப்பு பிராணி அல்ல)

2. கவிதை சொல்லி அப்பன்றியின் மீது அதிக அன்பை வைத்திருக்கிறார். (எதிரில் இருப்பவர்களும் அவரளவு அன்பு கொண்டிருப்பதாக தகவலில்லை)

3. அப்பன்றியின் வனப்பானது கவிதை சொல்லிக்கு, ஒரு யுவதியினுடையதை விடவும் அழகானதாக தெரிகிறது. அந்தளவு தான் வளர்க்கும் பன்றியை ரசிக்கிறார். (இத்தகைய

மானசீக *erotic* ரசித்தலை எதிரில் வைக்கப்பட்டிருப்பவர்கள் கொண்டிருப்பதில்லை)

அப்படியானால், தன்னால் வளர்க்கப்படும், தனது அன்பிற்குப் பாத்திரமான, தனது மானசீக ரசித்தலுக்கான பன்றியானது என்னிடம் வாய் பதிக்கும் போது நானெப்படி நடந்து கொள்கிறேனோ அப்படியே, பிரதிக்குள் இருக்கும் ஏனையவர்களும் நடந்து கொள்ள வேண்டுமென கவிதைசொல்லி எதிர்பார்க்கிறார்.. கட்டமைக்க முற்படுகிறார் என்பதை வாசிக்க முடியும்.

//ஒரு பன்றியை வளர்ப்பதன் பின்னணியிலுள்ள

இறையாண்மை எனும் கெட்டவார்த்தை//

தலைப்பு கொண்டிருக்கும் விசயத்தைக் கொண்டு பிரதியை அணுகும் பொழுது: கவிதை சொல்லி தான் வளர்க்கும் பன்றியுடன் அவர் எப்படி நடந்து கொள்கிறாரோ அப்படியே பிறரும் நடந்து கொள்ள வேண்டுமென பிரதியின் எல்லைக்குள் இருப்பவர்களிடம் கவிதை சொல்லி எதிர்பார்க்கிறார். அப்படி எதிர்பார்ப்பதைத்தான் இறையாண்மை என்றும் அது ஒரு கெட்டவார்த்தை; அதாவது தவறான விசயமது என்றும் கதையாடப்படுமாறு பிரதி கட்டமைக்கப் பட்டிருக்கிறதோ என்னவோ.

15
மௌனமாக்கப்படும் முன்னிலை

முன்னிலையிலுள்ள கவிதை மனிதரையோ அல்லது கவிதை உயிரியையோ விளித்துப் பேசும் தன்னிலைக் கூற்றுகள் இடம் பெறும் பல கவிதைகளை அவதானிக்கலாம். அக்கவிதைகளை 'நீ - நான்' கவிதைகள் என தற்காலிகமான ஒரு வகைப்பாட்டினைச் செய்கிறேன். இந்த நீ - நான் கவிதைகள், ஒரு உரையாடல் போல் அதன் சொல்லல்கள் அமைந்தாலும் அங்கு உரையாடல்கள் பெரிதும் நிகழ்வதில்லை. அங்கு நான் தரப்பு மட்டுமே பேசிக் கொண்டிருக்கும். நீ தரப்பின் மறுபேச்சு அல்லது பதில் சொல்லல் மௌனமாக்கப்பட்டிருக்கும். கவிதைப் பிரதியில் வைக்கப்படும் தன்னிலைக் கூற்றான, கவிதை சொல்லியின் சார்பே பிரதியில் மய்யப்படுத்தப்பட்டிருக்கும்.

'நான்' தரப்பாக வைக்கப்பட்டிருக்கும் கவிதை சொல்லியே எப்பொழுதும் அவதானிப்பைச் செய்வதாகவும், ஏவலை அல்லது கட்டளை பிறப்பிப்பதாகவும் அமைக்கப்பட்டிருக்கும். அதற்கொரு காரணமும் உண்டென்பதை ஊகிக்க முடியும். தனக்கு நேர்ந்த அனுபவங்களை சொல்லும் ஊடகமாகவே நவீன கவிதை மனம் கவிதை வடிவத்தைக் பாவித்து வந்திருக்கும். அதன் தொடர்ச்சியாகவே கவிதைப் பிரதியை வடிவமைப்பவர்கள், தங்களை வெளிப்படுத்தும் முகமாகவே தன்னிலைக் கூற்றை பிரதியில் செப்பனிட்டு வந்திருப்பார்கள். கவிதைப் பிரதியில் தன்னிலைக் கூற்றை பேசும் ஒரு கவிதை சொல்லியைத் தான் வடிவமைத்து வைக்கிறோம் எனும் பிரஞ்சையை அல்லது கருத்தமைவை பெரிதும் அக்கறை கொள்வதில்லை. இதனால் பெரும்பாலும் கவிதைசொல்லியின் தரப்பே பேசவும், அவரின் நிலைப்பாடே நியாயப்படுத்தப்படுவதாகவும், அவரின் செயலே சரியானதும் தேவையானதும் என்பதான சாய்வுகள் பிரதிக்குள் இடம்பெற்றுவிடுகின்றன.

சரி, இடையீட்டை நிகழ்த்துவதற்கான கவிதைப் பிரதியை வாசித்துவிடுங்கள்.

கித்தான்

வண்ணங்கள் அப்பிய சுவரிலிருந்த
நீ என்ன செய்கிறாய்

எனது படகு புறப்பட்டு விட்டது

ஓராயிரம் சந்திப்பு எனினும் முதல் முத்தத்தை
என்னால் இன்னும் பெற இயவில்லை

பேரிடி விழுந்த அதிர்ச்சியில் சின்னஞ்சிறு
குருவிகள் வெளிப்போந்து வானில்
குழப்பமாகி கீச்சிட்டு சுழல்கின்றன

உன்னை என் நினைவில் ஒழுங்கு செய்கிறேன்

இப்போது அப்பெருமரம் காற்றில் தலை அசைத்து
பேயாட்டம் போட்டதை மறந்து
நிலைதிரும்பி இருக்கிறது

முதலில் மஞ்சள்
பிறகு நீலம் பச்சையில் கசிந்து
வழியும் சுவற்றில் என் தூரிகையை
கைவிட்டேன்

நீ கடந்து போகும் சாலையில் ஆறு
பெருக்கெடுக்கிறது

என்படகை அது குலுக்குகிறது

இப்போதேனும் உன் இரத்தச்சிகப்பை
கையளி என் காத்திருப்பின் கித்தான் மீது
அவ்வோவியம் முற்றுப்பெறட்டும்

-Yavanika Sriram-

நிறம் தீட்டப்பட்ட சுவரில் இருக்கும் நீ தரப்பை நோக்கிய கேள்வியொன்றுடன் கவிதை சொல்லி உரையாடலுக்குள் நகர்கிறார். ஒரு பக்க உரையாடல்.

தன் படகு சென்றுவிட்டது, உன் முத்தம் இன்னும் கிடைக்கவில்லை எனச் சொல்கிறார். அதற்கு நீ தரப்பு எதுவும் சொல்வதில்லை. அல்லது எதையும் வெளிப்படுத்துவதாகவும்

கூட சொல்லப்படவும் இல்லை. கவிதை சொல்லியும் பதிலை எதிர்பார்க்கவில்லை. அத்தகைய இருவர் தான் இப்பிரதிக்குள் வைக்கப்பட்டிருக்கிறார்கள்.

பிறகு, கவிதை சொல்லி நீ தரப்பிடம் ஒரு சம்வத்தை விபரிக்கிறார். இடிவிழுந்து நேரும் அதிர்ச்சியால் குருவிகள் வெளியாகி வானில் குழப்பமுற்று கீச்சிடுகின்றனவாம். அப்பொழுதும் நீ தரப்பு அந்த சம்பவம் குறித்து என்ன நினைக்கிறது என்பதைப் பதில்பேசுவதில்லை. அல்லது அதைச் சொல்ல அதன் குரல் அனுமதிக்கப்பட வில்லை.

அந்த விபரிப்பைத் தொடர்ந்து கவிதை சொல்லி முன்வைக்கும் கூற்று கொஞ்சம் சிக்கலானது. 'உன்னை என் நினைவில் ஒழுங்கு செய்கிறேன்' என்கிறார்.

ஒழுங்குபடுத்துதல் என்பது இப்படித்தான் ஒருவர் இருக்க வேண்டுமெனும் வரையறுப்புப் பார்வையுடன் சம்பந்தப்பட்டது.

நீ தரப்பு ஒழுங்கற்று இருப்பதாக கவிதை சொல்லிதான் இங்கு அவதானிக்கிறார். நீ தரப்பும் "நான் ஒழுங்கற்றிருக்கிறேன் என்னை ஒழுங்குபடுத்துங்கள்" எனச் சொல்லவில்லை. நீ தரப்பு என்ன நினைக்கிறது என்பது பற்றி அறிந்து கொள்ளும் எந்த முனைப்பும் பிரதிக்குள் இல்லை. கவிதை சொல்லியே நீ தரப்புக்கும் சேர்த்து முடிவெடுக்கிறார்.

இதனைத் தொடர்ந்து வரும் கூற்றில், பேயாட்டம் போடும் மரம் அந்த ஒழுங்குபடுத்தலால் தனது நிலைக்குத் திரும்பியதாகச் சொல்லப்படுகிறது. இந்தச் சொல்லலை அதற்கு முந்திய கூற்றுக்களுடன் இணைத்துப் பார்த்தால், நிறம் தீட்டப்பட்ட சுவரில் இடிவிழுந்ததால் சுவரில் இருந்த மரம் பேயாட்டம் போட்டிருக்கிறது. அந்த ஆட்டத்தால் தான் குருவி மரத்திலிருந்து வெளியாகி வானத்தில் குழப்பமுற்று கீச்சிட்டுப் பறந்திருக்கின்றன. என ஒரு சம்பவக் கோர்வையை ஊகித்துக் கொள்ள முடிகிறது.

இருந்தும், சுவரில் விழுந்த இடியை நீ தரப்பு என்னவாகப் பார்த்தது?, நீ தரப்பும் அதனைக் குழப்பமாகவும் ஒழுங்கற்றும் இருப்பதாகவுமே பார்த்ததா என்பதை தெரிந்து கொள்ள பிரிதி அக்கறை கொள்ளவில்லை. ஒரு சம்பவம் எல்லோருக்கும் ஒரே அனுபவத்தை, தாக்கத்தை ஏற்படுத்துவதில்லை. சிலர் அந்த

சம்பவத்தை விரும்பவும் கூடும். எதுவாக இருந்தாலும் அடுத்த தரப்பு அது பற்றி என்ன நினைக்கிறது என்பதைப் பற்றி அறியும் கரிசனை அற்று, அந்த தரப்பிற்குமான தீர்மாணத்தை தானே மேற்கொள்வது அதிகாரப் போக்குடன் சம்பந்தப்பட்டது.

தனது நினைவில் நீ தரப்பை ஒழுங்கு செய்ததும், காற்றில் பேயாட்டம் போட்ட மரம் அதன் நிலைக்கு திரும்பியதாக கவிதை சொல்லி குறிப்பிடுகிறார். அதனூடாக அம்மரத்தின் சாதாரண நிலை என்பது காற்றில் பேயாட்டம் போடாமல் இருப்பதுதான் என்பதை அறியத் தருகிறார். இது மற்றமைகளுக்கும் சேர்த்து தானே யோசிக்கும் மனிதமய்ய மனோநிலையில் வெளிப்பாடு.

சாதாரணம், அசாதாரணம் என்பது நாம் வகுத்துக் கொண்ட கருத்தமைவுகள் தான். அவைகள் எல்லோருக்கும் ஒன்றுபோல் இருப்பதில்லை. அது பற்றிய வகைப்படுத்தலை அக்கறை கொள்ளாமல் இயங்குபவர்களும் இருக்கக் கூடும். ஆனால், நமக்குள் கட்டமைந்திருக்கும் பொதுமனம் என்பது, பொதுவில் 'சாதாரணம்' பற்றி வரையறுத்துக் கொண்ட பொதுமைகளின் கதையாடல்களினாலேயே கட்டமைந்திருக்கிறது. அந்தப் பொதுமைகளையே நல்லது எனவும் அப்பொதுமைகளை பேணிப் பின்பற்றுவதாக வாழ்வை அமைப்பதுதான் இயல்பான வாழ்வு என்பதாகவுமே உரையாடப்படுகின்றன. அந்தப் பொதுமைகளை விட்டும் மீறுவதனை ஒழுங்கற்றதாகவும் அசாதாரணமானதாகவும் வரையறுக்கப்படுவது மட்டுமல்ல, அவைகள் தவிர்கப்பட வேண்டிய மோசமான விசயங்கள் என்பதாகவுமே பொதுப்புரிதல் நம்மிடமுண்டு. எனவேதான் மற்றமைகளை அவைகளின் தரப்பு நிலைப்பாடு என்னவெனக் கேட்காமலே ஒழுங்குபடுத்தவும், சாதாரண நிலையென நாம் கற்பிதம் கொண்டிருப்பதன் பால் அவர்களைத் திருப்பவும் முனைகிறோம்.

பிரதியின் அடுத்த பகுதியில், சுவரில் கசியும் மூன்று நிறங்கள் பற்றியும் வைத்திருந்த தூரிகையைக் கைவிடுவதைப் பற்றியும் சொல்கிறார். நீ தரப்பு நடந்து போகும் பாதையில் ஆறு பெருக்கெடுப்பதாகவும் அந்த ஆறு தன் படகை குலுக்குவதாகவும் சொல்கிறார்.

அதனைத் தொடர்ந்து பிரதியின் இறுதிப் பகுதியில், தன்னிடம் ஒரு கித்தான் இருப்பதாகவும் அது காத்திருப்பதாகவும், நீ தரப்பின்

இரத்தச் சிவப்பை அந்தக் கித்தான் மீது கையளிக்கவும் சொல்கிறார். அப்பொழுதுதான் அவரின் ஓவியம் முற்றுப் பெரும் என்பதாகவும் அறியத்தருகிறார். அதற்கு நீ தரப்புதான் பதில் சொல்ல வேண்டும். கவிதை சொல்லி அங்கு நீ தரப்பிடம் ஒரு கோரிக்கையைதான் வைக்கிறார் என்றால் 'உன் இரத்தச் சிவப்பை கையளிக்க முடியுமா' என்று வந்திருக்கலாம். ஆனால் கவிதை சொல்லி முன்வைப்பது கோரிக்கை அல்ல. அது ஒரு ஏவல். எனக்கு என் ஓவியம் முற்றுப் பெற வேண்டும் என்பது முக்கியம். உன் இரத்தத்தை சிந்தி அதன் நிறத்தைத் தா என ஏவலையே செய்கிறார். நீ தரப்பு அந்த ஏவல் குறித்து என்ன நினைக்கிறது என்பதை கவிதை சொல்லி முன்பைப் போலவே இங்கும் அக்கறை கொள்ளவில்லை.

பிரதியில் பேசவைக்கப்படாத நீ தரப்பிலிருந்து ஒரு ஊகத்தை நீங்கள் செய்வதாக இருப்பின், அந்த ஏவலுக்கு பதிலாக என்ன சொல்வீர்கள்?

இந்த பிரதியின் மீது சாத்தியமாகும் பல வாசிப்புகளில் ஒன்றினையே இங்கு தெரிவு செய்திருக்கிறேன். வேறு வகை வாசிப்புகளும் சாத்தியமே.

நீநான் ஃபோமெட்டில் அமைக்கப்படும் இன்னொரு தொகைக் கவிதைப் பிரதிகள் உண்டு. அவை 'நீ' தரப்பின் மீதான குற்றச்சாட்டுகளை 'நான்' தரப்பினால் அடுக்கிவைக்கும் இடமாக அமைக்கப்பட்டிருக்கும். அங்கு நீ தரப்பின் வாய்கள் கட்டப்பட்ட நிலையில் அல்லது நீ தரப்பு இல்லாத நேரம்பார்த்து முன்வைக்கப் படும் 'நான்' தரப்பின் குற்றச் சாட்டுகளாக அமைக்கப்பட்டிருக்கும். நீ தரப்பின் செயல்களினால் நான் தரப்பு பாதிபுற்றிருப்பதாகப் புலம்பிக் கொண்டிருக்கும். நீ தரப்பின் பக்கத்திலிருந்து எந்த வாதங்களுக்கும் மறுப்புக்கும் இடம் தரப்பட்டிருக்காது. அத்தகைய ஒரு கவிதைப் பிரதியைத்தான் வாசிக்கப் போகிறீர்கள்.

நான்
மெலிந்த சொற்களை வளர்ப்பவன்
நீங்கள்
தடித்த சொற்களுக்கு சொந்தக்காரர்கள்
உங்கள்
வாய் உமிழும் சொற்களில் இருந்து
சில நேரங்களில்
நாய்கள் வந்து ஊழையிட்டு

பல நேரங்களில்
யானைகள் வந்து பிளிறுவதால்
பாவம்
சிரிக்க மட்டுமே தெரிந்த எனது காதுகள்
இப்போது அழுது மாய்கின்றன.

-அன்வர் புஹாரி

மேலுள்ள புஹாரியின் கவிதைப் பிரதியில் வைக்கப்பட்டிருக்கும் கவிதைசொல்லி, தன் தரப்பிலிருந்து எப்படி நியாயித்தல்களை முன்வைத்து 'நீ' தரப்பை குறைபட்டுச் சாடுகிறார் என்பதை அவதானிக்கலாம்.

தான் வளர்க்கும் சொற்கள் அனைத்தும் மெலிந்தவைகள் (அப்பாவியானவைகள்) தான் என முன்வைத்து 'நீ' தரப்பு கொண்டிருக்கும் சொற்கள் அனைத்தும் தடித்தவைகள் (வன்மம் கொண்டவைகள்) தான் என வரையறுத்து முன்வைக்கிறார். இங்கு கவிதை சொல்லி தன் தரப்பிற்கு அனுதாபத்தைக் கோருவதனை அவதானிக்கலாம்.

இங்கு 'நீ' தரப்பு கொண்டிருக்கும் சொற்கள் எத்தகையதென வாசகர் ஒப்பிடுவதற்கு வசதியாக 'நீ' தரப்பு நியாயங்கள் இப்பிரதியில் இல்லை. ஆனால், 'நீ' தரப்பு கொண்டிருக்கும் அத்தனை சொற்களையும் 'தடித்தவைகள்' என கவிதை சொல்லி தன் பார்வையிலிருந்து புரிந்து கொண்டு வரையறுத்து, அவரின் அபிப்பிராயத்தை முன்வைக்கிறார். 'தடித்தவைகள்' என்பது இப்பிரதி கொண்டிருக்கும் சூழலுக்குள், கவிதை சொல்லியின் 'தனிப்பட்ட பார்வை' என்பதைத்தான் சொல்கிறேன்.

'நீ' தரப்பு பேசும் சொற்களில்: நாய்கள் ஊளையிடுவதையும், யானைகள் பிளிறுவதையும் செவிமடுக்கும் கவிதைசொல்லியின் காதுகள் அழுகின்றன. (தன் காதுகளுக்கு சிரிக்க மட்டுமே தெரியுமென தவறாக புரிந்திருக்கிறார். பிறகுதான் அதற்கு அழவும் தெரியுமென அறிந்து ஆச்சரியப்படுகிறார்)

கவிதை சொல்லியின் காதுகள் அழுவதற்குக் காரணம்: நாய்களின் ஊளையையும், யானையின் பிளிறலையும் பயமுறுத்தக் கூடிய – அழவைக்கக் கூடிய விசயமாக கவிதை சொல்லியின் காதுகளிடம் ஏலவே கட்டமைக்கப்படிருக்கவேண்டும். அதனால்தான் அவைகளை செவியுற்றதும் அழுது மாய்கின்றன.

நாய்களின் ஊளையும் – யானையின் பிளிறல்களும், 'நீ' தரப்பிடம் என்னவாக இருக்கிறது? அச்சமுறுத்துபவைகளாகவா அல்லது சாதாரண விசயமாகவா அல்லது வேறு ஏதாவதாகவா என்பதை விசாரிப்பதற்கு அப்பிரதிக்குள் வாய்ப்பில்லை.

(கல்முனைக்குடி கடற்கரைப் பள்ளியில் நிகழும் நாஹூர் மீரா சாஹிப் ஆண்டகை கொடியேற்ற விழாவில், வெள்ளிதினங்களில் ஃபக்கீர்கள் நிகழ்த்தும் 'கராமத்' (வெட்டுக்குத்து) நிகழ்வு எவரையாவது பயமுறுத்துவதாக அமையலாம். ஆனால், அது அவர்களின் மதகிரிகைகளுடன் தொடர்புபட்ட பண்பாடு. எவரையும் பயமுறுத்துவதற்காக செய்யப்படுவதல்ல. அந்நிகழ்வை பயப்படுபவரின் தரப்பிலிருந்து மாத்திரம் புரிந்துகொள்வது சிக்கலானது. இந்த விசயத்தையும் உதாரணமாகக் கொண்டு கவிதைசொல்லி முன்வைக்கும் தன் தரப்பு வாதம் கொண்டிருக்கும் சிக்கலை புரிந்து கொள்ளலாம்.)

புஹாரியின் மேலுள்ள கவிதையானது பிரதிக்குள் வைக்கப் பட்டிருக்கும் கவிதைசொல்லியின் தரப்பிலிருந்து கிளம்பும் ஒரு பக்கக் கதையாடலாகவே அமைந்திருக்கிறது.

16
பக்கப்பார்வையில் கசடாகப் படியவைக்கப்படும் சுயம்

உருவம்
> எப்படி வருவதென்று
> வழிகேட்டேன் தொலைபேசியில்
> இப்படி வந்தாலும் சிக்கல்
> அப்படி வந்தாலும் சிக்கல்
> என்றது எதிர்முனை பதில்
> சுதந்திரமற்ற என் கணங்களை
> ஒவ்வொன்றாய்
> எண்ணிக் கொண்டு நடந்தேன்
> எண்ணிக்கை முடிந்த போது
> எதிரே நின்றிருந்தது நிலைக்கண்ணாடி

-ஃப்ரான்ஸிஸ் கிருபா

மேலுள்ள பிரதியானது அதில் வைக்கப்பட்டிருக்கும் கவிதை சொல்லியின் விபரிப்பின் வழியே வடிவம் கொள்கிறது. இப்பிரதியில் அக்கவிதை சொல்லிக்கு ஒரு task வழங்கப்படுகிறது. அவர் ஒரு இடத்திலிருந்து இன்னொரு இடத்திற்குச் செல்ல வேண்டும். அதற்குச் செல்ல இரண்டு வழிகள் தரப்படுகின்றன. ஆனாலும் அங்கு செல்லும் இரு வழியிலும் சிக்கல் வைக்கப்படுகிறது. இதனூடாக பிரதிக்கான டென்சன் உருவாக்கப்படுகிறது. இது பிரதியின் அடுத்த நகர்வின் மீதான ஈர்ப்பை உருவாக்குகிறது.

அக்கவிதை சொல்லி, இரண்டில் ஒரு வழியைத் தெரிவுசெய்து பயணித்தும் விடுகிறார். அந்த வழிப்பயணத்தை 'சுதந்திரமற்ற கணங்கள்' என விபரிக்கிறார். அந்த வழிப்பயணத்தின் போதான சுதந்திரமற்ற கணங்களை எண்ணிக்கொண்டு வந்திருக்கிறார். ஒரு கட்டத்தில் அந்த எண்ணிக்கை முடிந்தது எனச் சொல்கிறார். அதாவது சுதந்திரமற்ற பொழுதைக் கடந்துவிட்டார். சுதந்திரமற்ற பொழுதைக் கடந்தால் இருப்பது சுதந்திரம். ஏனென்றால், சுதந்திரம் என்பது அடிப்படையில் ஒவ்வொருவர் இடத்திலும் இயல்பாக இருக்கின்ற

விடயம். அது யாரொருவரும் எவருக்கும் வழங்கும் விடயம் அல்ல. ஒருவருக்கு இருக்கும் சுதந்திரத்தின் மீது கட்டுப்பாட்டை மேற்கொள்வதும், இடையூறு செய்யப்படுதலும், தடைகள் மேற்கொள்ளப்படுதலும் தான் நிகழ்த்தப்படுகிறது. அதாவது, சுதந்திரம் என்பது ஒருவரிடத்தில் அடிப்படையில் இருப்பது. சுதந்திரமற்ற பொழுதுகள் வெளியிலிருந்து ஏற்படுத்தப்படுபவை. எனவே அவரின் சுதந்திரமற்ற பொழுதுகளின் எண்ணிக்கை முடிய அவர் சுதந்திரத்திற்குள் பிரவேசிக்கிறார் என வாசிப்பைச் செய்ய முடியும்.

கவிதை சொல்லியின் சுதந்திரமற்ற கணங்கள் முடிந்த பொழுது அல்லது சுதந்திரம் கிடைத்த பொழுது அவர் முன்னால் நிலைக் கண்ணாடி கொண்டு வந்து வைக்கப்படுகிறது. நிலைக்கண்ணாடியில் அவரின் சுய உருவம் தெரிந்திருக்கும்; சுய முகம் தெரிந்திருக்கும்.

இப்பிரதியில் இடையீடு செய்வதற்கு நமது தரப்பிலிருந்து முடுக்கி விடப்படும் கேள்வி யாதெனில், குறித்த நிலைக்கண்ணாடியானது ஏன் சுதந்திரமற்ற கணங்கள் முடிவடைந்து சுதந்திர கணங்கள் ஆரம்பிக்கும் பொழுது கொண்டு வந்து வைக்கப்படுகிறது? அதனடியாக, ஏன் சுதந்திரமற்ற கணங்களில் வைக்கப்படவில்லை என்ற கேள்வியையும் இணைத்துக் கொள்ளலாம்.

ஒரு பிரச்சினைப் பாட்டிற்குள்ளோ அல்லது சிக்கல் தன்மைக் குள்ளோ இருப்பவர்கள், 'நான் நானாகவே இல்லை' என சொல்வதை பல முறை கேட்டிருப்போம். அவர்களுடன் இருப்பவர்களும் அவர்களைப் பார்த்துச் சொல்வார்கள் "இப்ப எல்லாம் நீ, நீயாகவே இல்ல மச்சான்".

இங்கு இவர்கள் பொதுவாக என்ன நினைக்கிறார்கள் என்றால், ஒருவரின் சுயம் என்பது இதுதான். எனது சுயம் என்பது இன்னதுதான் என ஒரு வரையறுப்பைப் போட்டுக் கொள்கின்றனர். அல்லது அவர்களின் ஒரு பகுதியை மாத்திரம் தெரிவு செய்து அதுதான் தங்களில் சுயமென படிமமாக உறைய வைத்துக் கொள்கின்றனர். அப்படிமத்திலிருந்து விலகிய நிலையில் ஏதாவது அவர்களுடமிருந்து வெளிப்பட்டால் அல்லது அப்படிச் செயற்படுவதைப் பார்த்து, அது தங்களின் சுயம் இல்லை என முன்வைக்க முனைகின்றனர்.

நம்முடன் கூடவே பழகிய ஒருவன்; நம்முடன் தோழோடு தோழ் நின்றவன் நம்மிடம் பொய் சொல்லிவிடுகிறான். அல்லது

ஏமாற்றிவிடுகிறான் என வருகின்ற பொழுது நம்மிடமிருந்து அதிகம் வெளிப்படுகின்ற வார்த்தை: " இப்பொழுதுதான் அவனின் சுயரூபம் வெளிப்படுகிறது". இந்தக் கூற்று என்ன சொல்கிறது என்றால், இதற்கு முன் அவன் முகமூடி அணிந்தே பழகி இருக்கிறான்; நடித்திருக்கிறான். அவன் முன்பு காட்டியதெல்லாம் அவனது சுயம் அல்ல. இப்பொழுது செய்து காட்டுவதுதான் அவனின் அசலான சுயம் என்பதான அர்த்தங்களைக் கிளர்த்துகிறது.

இங்குள்ள விசயம் யாதெனில், முன்பு நம்முடன் ஊடாடியதும் அவன் சுயம் தான் (அவன் நடித்தான் என வைத்துக் கொன்டாலும் கூட, அது அவனது நடிக்கும் தன்மை கொண்ட சுயம்). ஏமாற்றி அகன்றதும் அவன் சுயம் தான். அவனிடமிருந்து ஒவ்வொரு சந்தர்ப்பத்திலும் வெளிப்படும் ஒவ்வொன்றும், வெளிப்பட இருக்கும் ஒவ்வொன்றும் அவனது சுயம்களின் பகுதிகள்தான்.

நாம் வீட்டில் தனியாக இருக்கும் பொழுது நடந்து கொள்வதைப் போல் வீட்டில் மற்றவர்கள் இருக்கும் பொழுதோ, வீட்டில் விருந்தினர்கள் வந்திருக்கும் பொழுதோ, மற்றவர்களுடன் பொது இடத்தில் இருக்கும் பொழுதோ, பொலிஸ் ஸ்டேசனில் இருக்கும் பொழுதோ, நீதி மன்றத்தில் இருக்கும் பொழுதோ, காதல் துணையுடன் குடைக்குள் இணையும் பொழுதோ நடந்து கொள்வதில்லை. மற்றமைகளின் பிரசன்னம் எப்படி ஒருவரின் நடத்தையில் மாற்றத்தை உண்டுபண்ணுகிறது என்பதை ஆய்வுக்குட்படுத்தி ஆராய்வது சமூக உளவியல் கற்கை நெறியின் பிரதான பகுதி.

இங்கு வீட்டில் தனியா இருக்கும் பொழுது என்னிடமிருந்து வெளிப்படுவது மட்டும் தான் எனது சுயம். மற்றைய தருணங்களில் என்னிடமிருந்து வெளிப்படிவது எல்லாம் எனது சுயம் அல்ல எனச் சொல்வது, ஒருவரின் சுயம் பன்மையானது என்பதையும் ஒருவரது சுயம் கொண்டிருக்கும் வித்தியாசங்களையும் ஏற்க மறுக்கும் செயல்பாடு.

ஒருவரிடம் இருந்து வெளிப்படுகின்ற அல்லது அவர் நடந்து கொள்கின்ற நடத்தைப் பாங்கு மீது நமக்கு விருப்பு வெறுப்புகளோ விமர்சனங்களோ இருக்க முடியும் என்பது வேறு விடயம். ஆனால் குறித்த ஒரு பகுதியை மாத்திரமே அவரின் சுயம் / சுயரூபம் எனக் கட்டமைப்பது சிக்கலான விடயம்.

இந்த விபரிப்பின் அடியாக மேலுள்ள கவிதைப் பிரதியினை அணுகினால், அங்கு வைக்கப்பட்டிருக்கும் கவிதை சொல்லியின் சுயரூபம் என்பது சுதந்திர கணங்களுக்குரிய பகுதிக்கானது மாத்திரம் தான் என அப்பிரதி முன்வைப்பதனை அவதானிக்க முடியும். அங்கு சுதந்திரமற்ற கணங்களிலும் அதனை எண்ணிக் கொண்டு நடந்து வருவதும் அந்தக் கவிதை சொல்லிதான். அதுவும் அவரின் சுய உருவம் தான். அங்கும் நிலைக்கண்ணாடியை வைத்துக் காட்டமுடியும் தான் என சொல்லி வைப்போம்.

இங்கு இன்னொரு விடயத்தையும் சொல்வது பொருத்தம். எந்த ஒருவரின் சுயமும் நிரந்தரமானது அல்ல. அது தொடர்ந்தும் நொடிக்கு நொடி நுண்ணளவிலேனும் மாற்றமுற்றுக் கொண்டே இருக்கிறது. எனவே ஒருவரின் சுயத்தினை வரையறுப்பது மேலும் சிக்கலானது என்பதை மனம் கொள்க.

17

உண்மையான சுயம் எனக் கதையாடுவதில் உள்ள சிக்கல்

நமது சமூக உரையாடலில் அடையாளம் பற்றி இடையீடு செய்து கவனம் செலுத்த வேண்டிய பல விடயங்கள் உண்டு. அவற்றில் ஒன்று, ஒவ்வொருத்தருக்கும் ஒரு அடையாளத்தை கற்பிதப் படுத்துவதும், அந்த அடையாளம் மட்டுமே அவருக்கானது, அது அவருக்கு என்றென்றைக்குமானது எனக் கொள்வது பற்றியது.

ஒவ்வொருத்தரும் கொண்டிருக்கும் அடையாளம் என்பது ஒற்றைத் தன்மையானது அல்ல. பன்மையானது. ஒருவரின் அடையாளம் மாறுதலுக்கு உடபட்டுக் கொண்டே இருப்பதும் கூட. ஒற்றை அடையாளத்திற்குள் மாத்திரம் ஒரு வரை வைத்துப் பேணுவது எப்படிப் பட்டதென்றால், ஒருவரை எடுக்கும் பல புகைப்படங்களில் ஒன்றை மட்டும் தெரிவு செய்து அது மட்டுமே அவரின் உண்மையான உருவைக்காட்டும் புகைப்படம் எனச் சொல்வதைப் போன்றது. அது அவரை ஏனைய கோணங்களில், வெவ்வேறு விதங்களில் எடுத்த புகைப்படங்களை; அதிலுள்ள உருவங்கள் எல்லாம் அவரல்ல எனப் புறக்கணிப்பதையும் மேற்கொள்கிறது.

இந்தக் கவிதைப் பிரதியைனை வாசித்துப் பாருங்கள்:

உன் வீடு

எனக்குத் தெரியும்
உனக்கொரு வீடு இருக்கிறது

அது
நீயே நீ
உனக்கே உனக்காக
கட்டிக் கொண்டது

வரைபடங்கள் வரையவுமில்லை
அனுமதிகள் பெறவுமில்லை
உன் சவுகரியங்களால் வனையப்பட்டது

மிக வசதியான இடத்தில்
வாசல் வைத்திருக்கிறாய்
மிக விருப்பமான இடங்களில்
ஜன்னல்கள் வைத்திருக்கிறாய்

உன் நோவுகள் போக்கும்
தானியங்கி ஒத்தடங்கள் அங்குண்டு
உன் கவலைகளை ஐதாக்கும்
தைலம் சுரக்கும்
தாவர இலைகள் உண்டு
உன் மனதின்
தட்ப வெப்பங்களுக்கேற்ப
தன்னை இயக்கும் குளிரூட்டி உண்டு

உன் எண்ணத்தை புரிந்து கொண்டு
தன்னைத் தானே
உருமாற்றிக் கொண்டிருக்கும்

அங்கு ஓர்
உயிருள்ள நிழல் உண்டு
நீ
நினைப்பது போலெல்லாம்
மாறும் நிழல்

யாருமே வந்து விட முடியாத
கொழுத்த தனிமை நிறைந்திருக்கும்
இருண்ட உள் அறைக்குள்
நீ புசிக்கிறாய்

உலகிலேயே
அந்த வீடுதான்
மிகப் பத்திரமானது உனக்கு

எனக்குத் தெரியும்
நீ
அங்குதான் இருக்கிறாய்
ஆனால்
நீ கொடுக்கும்
முகவரியில் இருக்கிறாய் என்று
நம்பிக்கொண்டு இருக்கிறது
இந்த உலகம்

- **வாசுதேவன்**

இப்பிரதியில் வைக்கப்பட்டிருக்கும் கவிதை சொல்லி, முன்னிலையில் இருப்பவருக்கு ஒரு வீடு இருப்பதாகவும் அது எப்படிப் பட்டது எனவும் அவரிடமே விபரிக்கிறார். அவர்

அந்த வீட்டில் மட்டுமே வசிப்பதாக கவிதைசொல்லி அறிந்து வைத்திருப்பதாய்ச் சொல்கிறார். வேறு எங்கும் அந்த முன்னிலையில் இருப்பவர் இருப்பதில்லை எனவும் சொல்லிவிடுகிறார்.

ஆனால், முன்னிலையில் இருப்பவரோ மற்றவர்களிடம் தன்னை சந்திக்க வர வேறொரு வீட்டிற்கான முகவரியைக் கொடுக்கிறார். அப்படிக் கொடுப்பதைப் பார்க்கும் கவிதை சொல்லி, உறுதியாக வரையறுத்துச் சொல்கிறார்: அம்முகவரியில் உள்ள வீட்டில் இருப்பது நீ அல்ல என. அல்லது அங்கு நீ இருப்பதில்லை என.

இக்கவிதைப் பிரதியினூடாக வெளிப்படுத்த முனையும் கருத்து நிலை யாதெனில்: ஒருவரின் உண்மையான சுயம் என்பது பிறரிடம் கொடுக்கும் முகவரியில் இருப்பதில்லை என்பதைத்தான். விசயம் என்னவென்றால், ஒருவர் காட்டும் ஒவ்வொரு முகங்களும், மனோபாவங்களும், சுயம்களும் அவருடையது தான். அதில் ஒன்றை மாத்திரம் தெரிவு செய்து, அது மாத்திரமே அவருடையது எனவும் உண்மையானது எனவும் குறிப்பிடுவதனூடாக, அவர் கொண்டிருக்கும் ஏனைய அடையாளங்களையும் சுயம்களையும் மறுக்கும் செயல் நிகழ்ந்து விடுகிறது.

நாம், நம்மைச் சூழ்ந்திருக்கும் ஒவ்வொருவரிடமும், ஒவ்வொரு சந்தர்ப்ப சூழ்நிலையிலும் ஒரே மாதிரியாகவா நடந்து கொள்கிறோம்? அதில் ஏதாவது ஒரு சூழ்நிலையில் நடந்து கொண்ட விதத்தை மாத்திரம் வைத்துக் கொண்டு அல்லது பலமுறை நடந்து கொண்ட ஒரு விதத்தை மாத்திரம் தெரிவு செய்துவிட்டு, அவரிடமிருந்து வெளிப்பட்ட; வெளிப்படும்; வெளிப்படப்போகும் ஏனைய சுயம்களை புறக்கணிப்பது சிக்கலான விடயம்.

❖

மேலுள்ள கவிதைப் பிரதியானது 'நீ - நான்' ஃபோமெட்டில் அமைக்கப்பட்டிருக்கிறது. இந்த வகை நெரடிவ் ஃபோமில் இடம்பெறும் பிரதான சிக்கலே, அங்கு நான் தரப்பு மாத்திரமே தன்னைப் பற்றியும், முன்னிலையில் வைக்கும் நீ தரப்பு பற்றி தன்னிடமிருக்கும் நிலைப்பாட்டையும் பேசிக் கொண்டிருக்கும். நீ தரப்பானது, நான் தரப்பின் நிலைப்பாடு பற்றி என்ன நினைக்கிறார் என்பதை பேசுவதற்கான இடம் கொடுக்கப்படுவதில்லை. நீ தரப்பின் குரலும் பேசுவதற்கான இடமும் வைக்கப்படுவதில்லை.

இந்தக் கவிதைப் பிரதியிலும் கூட, கவிதைசொல்லி முன்னிலைப் படுத்திக் கூறும் 'நீ தரப்பு வாழ்வதாகச் சொல்லும் வீட்டில், அந்த நீ தரப்பில் இருப்பவர் வாழ்கிறார் என உடன்படுகிறாரா இல்லையா என்பதை அறிய வாய்ப்பில்லை. நீ தரப்பு பிறரிடம் கொடுக்கும் முகவரி பொய்யானது; அந்த முகவரியில் நீ தரப்பு வாழ்வதில்லை எனக் கவிதை சொல்லி குறிப்பிடுகிறார். அது குறித்து நீ தரப்பு என்ன நினைக்கிறது என்பதை அறியவும் வாய்ப்பில்லை. நீ தரப்பின் குரலை மௌனமாக்கிவிட்டு, நீ தரப்பு பற்றி கவிதை சொல்லி கொண்டிருக்கும் சுய அடையாளம் பற்றிய ஒற்றை அபிப்பிராயத்தினையே இப்பிரதி கட்டமைக்க முனைகிறது.

18
போகன் சங்கரின் 'இனிப்பு விரும்பியின் குளறுபடிகள்'

> இன்றும் நான் அப்படித்தான்
> கசப்படைவதுவரை
> எதையும் நிறுத்துவதில்லை.
> இனிப்பாக இருக்கும்போதே
> நீங்கள்
> எப்படித்தான் நிறுத்திக் கொள்கிறீர்கள்?
>
> -போகன் சங்கர்

இப்பிரதியில் உள்ள கவிதைசொல்லி என்ன சொல்கிறார் என்றால்,

அவர் இனிப்பாக இருப்பவைகளை நிறுத்தாமல் அனுபவிப்பாராம், அவைகள் கசப்படையும் வரைக்கும்.

இங்கு 'இனிப்பாக இருப்பது கசப்பாக மாறுதல்' என்பதை இருவிதமாக பொருட்படுத்திக் கொள்ளலாம். ஒன்று: இனிப்பாக இருக்கும் ஒன்று அதன் இயல்பை மாற்றி கசப்பாக மாறுதல். இரண்டாவது: இனிப்பாக இருக்கும் ஒன்று அதன் இயல்பில் மாற்றமடைவதில்லை. அதனை அனுபவிப்பவருக்கு அது தெகிட்டி கசப்படைந்து போதல்.

1.

இனிப்பாக இருக்கும் ஒன்று அதன் இயல்பை மாற்றி கசப்பாக மாறுகிறது என பொருட்கோடல் செய்து வாசித்தால்: கவிதை சொல்லி இனிப்பை விரும்புவர். அது கசப்பாக மாறும் வரை அதனை அனுபவிப்பவர். அவர் தனிப்பட்ட ரீதியாகக் கொண்டிருக்கும் விருப்பத்தினையே ஏனையவர்களும் கொண்டிருக்கவேண்டும் என நினைப்பவர். அதனால் தான், இனிக்கும் விசயங்களை (இன்னும் கசப்பாக மாறாத) தொடர்ந்தும் அனுபவிக்காமல் நிறுத்துபவர்களைப் பார்த்து, "ஏன் தான் இனிப்பாக இருப்பதையும் நீங்கள் கைவிடுகிறீர்கள்?" எனக் கேட்கிறார்.

இவரின் இந்தக் கேள்வியினை கொஞ்சம் விரித்து அதனுள் மறைவாக இயங்கிக் கொன்டிருப்பதை வாசித்துப் பார்ப்போம்:

"அதுதான் இனிக்கிறதே... இனிப்பு எனக்குப் பிடிக்கும். அது உங்களுக்கும் பிடித்ததாக இருக்க வேண்டும். இனிப்பு எனக்கு நல்லது. எனவே இனிப்பு எல்லோருக்கும் நல்லது. எவரும் இனிப்பதைக் கைவிடக் கூடாது. அது கசப்பாக தன் சுவையை மாற்றினால் தான் நீங்கள் கைவிடவேண்டும். அப்படிச் செய்யாமல், அது இனிப்பாக இருக்கும் பொழுதே கைவிடுகிறீர்களே?" அப்படிச் செய்வது தவறு என்பதைத்தான் அவரின் கேள்வி தன்னுள்ளே வைத்திருக்கிறது.

இங்கு அவர், இனிப்பையும் கசப்பையும் எதிர்நிலைகளில் கட்டமைப்பதை அவதானிக்கலாம். இனிப்பை தெரிவு செய்யக் கூடிய ஒன்றாகவும் கசப்பை புறக்கணிக்க வேண்டிய ஒன்றாகவும் வரை செய்து கட்டமைக்கிறார். வித்தியாசம் கொண்ட இரண்டை எதிர்நிலையில் கொண்டுவந்து வைக்கிறார். (நம் சமூக பொது உரையாடலும் அதுதான்). இனிப்பை விரும்புவர்கள் இருப்பது போல் கசப்பினை விரும்புவர்களும் இருக்கவே செய்கின்றனர். ஆனால், பிரதியில் கவிதைசொல்லியின் 'நான்' தரப்புமட்டுமே பேசுவதால், அவர் சுட்டும் 'நீங்கள்' தரப்பானது, கசப்பு மற்றும் இனிப்பு பற்றிக் கொண்டிருக்கும் விருப்பத்தை தெரிந்து கொள்ள வாய்ப்பற்றுப் போய்விடுகிறது.

2.

இனிப்பாக இருக்கும் ஒன்று அதன் இயல்பில் மாற்ற மடைவதில்லை. அதனை அனுபவிப்பவருக்கு அது தெகிட்டி கசப்படைந்து போவதைத் தான் குறிக்கிறது என அர்த்தப்படுத்திக் கொண்டு வாசித்தால்: கவிதை சொல்லிக்கு இன்னும் தெகிட்டாமல் இனிப்பாக இருப்பது, மற்றவர்களுக்கும் இனிப்பாகத்தான் இருக்க வேண்டும் என எந்த கட்டாய நிலைப்பாடும் இல்லை என்பதை கவனப்படுத்தலாம். ஒவ்வொருவரும் வித்தியாசமானவர்கள். அவர்களின் தெகிட்டு நிலையும், சலிப்புத்தட்டும் புள்ளியும் ஒருவருக் கொருவர் வித்தியாசப்படுபவை. கவிதை சொல்லிக்கு இன்னும் இனிக்கும் ஒரு விசயம், மற்றொருவருக்கு சலிப்படைந்து கசந்து போகலாம். இந்த வித்தியாசங்கள் பற்றிய புரிதலை ஏற்றிருப்பவர் அல்ல பிரதியில் வைக்கப்பட்டிருக்கும் கவிதை சொல்லி.

பிரதியிலுள்ள கவிதை சொல்லி தன்னையே மய்யப்படுத்துபவர். தனக்கு இனிப்பது மற்றவர்களுக்கும் இனிக்க வேண்டுமே என நினைப்பவர். தனக்கு இனிப்பதை ஏன் இவர்கள் எல்லாம் வீணாகக் கைவிடுகிறார்கள்..? சில்லி ஃபெலோஸ்.. எனக் கேட்டு பெருமிதம் கொள்கிறார்.

தன்னுடைய வட்டத்திற்குள் நின்றே மற்றமைகளைப் பற்றிய அபிப்பிராயங்களை உருவாக்கிக் கொள்ளாமல், மற்றமைகளின் வட்டத்திற்குள்ளும் பிரவேசிக்கவும் உரையாடவும் முயற்சிக்கும்படி இக்கவிதைசொல்லியிடம் சொல்லி வைப்போம்.

19
புரிந்துகொள்ளலின் வன்முறை

நம் ஒவ்வொருத்தரிடமும் பல முற்கற்பிதங்களும் மதிப்பீடுகளும் தாராளமாக உள்ளன. அவைகளினூடாகவே மற்றமைகளை அணுகிப்பார்க்கப் பழக்கப்பட்டிருக்கிறோம். அதன் வழி, மற்றமைகளின் இருப்பையும் இயங்குதலையும் வரையறுத்தும் விடுகிறோம். இந்தக் கவிதைப் பிரதியைப் பாருங்கள்:

கூண்டுக் கிளிகள்
   காதலில் பிறந்த
   குஞ்சுக் கிளிக்கு
   எப்படி எதற்கு
   வந்தன சிறகுகள்.
- **கல்யாண்ஜி**

இப்பிரதியில் வைக்கப்பட்டிருக்கும் கவிதைசொல்லி கொண்டிருக்கும் முற்கற்பிதம் என்னவென்றால், சிறகுகள் என்பது சுதந்திரமாகப் பறப்பதற்கு உரியவை.

இங்கு கவிதைசொல்லியின் பிரச்சினை, சிறகிருந்தால் சுதந்திரமாகப் பறந்து திரிய வேண்டும். ஏன் இப்படி கூண்டுக்குள் கட்டுண்டு கிடக்கிறாய் என்பது அல்ல.

கூண்டுக்குள் இருக்கும் கிளிகள் பறக்கப் போவதில்லையே, பின் அவைகளுக்கு சிறகுகள் எதற்கு? சிறகுகள் இல்லாமலே பிறந்து தொலைக்க வேண்டியது தானே என்பது தான் இக்கவிதை சொல்லியின் பிரச்சினை; நிலைப்பாடு.

இக்கவிதை சொல்லியின் நிலைப்பாட்டை உடைத்துக் காட்ட, சிறகுகள் பறப்பதற்கானவை மட்டுமல்ல வேறு செயற் பாடுகளுக்காவும்தான் பறவைகள் சிறகுகளைக் கொண்டிருக்கின்றன என சில காரணங்களை முன்வைத்து விபரிக்கலாம். அல்லது

பிறகொரு காலம் கூண்டிலிருந்து விடுபட்டு சுதந்திரமாக பறந் தலைவதற்காய் சிறகுகள் வந்திருக்கலாம் என ஒரு விபரிப்பை முன்வைக்கலாம். அப்படிச் செய்வது, சில காரணங்களின் நிமித்தம் தான் சிறகுகள் இருக்க வேண்டும்; அது போன்ற காரணங்கள் இல்லையெனில் பறவைகளுக்குச் சிறகுகள் இருப்பது அர்த்தமற்றது எனும் வன்முறை நிலைப்பாட்டிற்குச் சென்றுவிடும்.

கூண்டுக்குள் பிறந்த பறவைக்கு சிறகிருந்தால் என்ன ? இல்லா விட்டால் தான் என்ன?

மற்றமைகளின் இருப்பை அதன் வித்தியாசங்களுடன் அப்படியே ஏற்கவேண்டியதுதான். மற்றமைகளின் இருப்பை, நமது புரிதல்களின் ஏற்றுக் கொள்ளலில் நிபந்தனைப்படுத்துவது ஒரு வன்முறை. அது புரிதலின் வன்முறை.

மற்றமைகளின் இருப்பை புரிந்து கொள்ள முனைவது எப்படி வன்முறையாக அமையும்?

ஒரு ஆண், கல்லூரிக்கு நிகாப் அணிந்து முகத்தை மூடிக்கொண்டு வருகிறார் என வைத்துக் கொள்ளுங்கள். உடனே நம்மிடம் இருக்கும் முற்கற்பிதங்கள் நம்மிடம் ஒரு கேள்வியை உருவாக்கிவிடும். ஒரு ஆண் ஏன் எதற்காக முஸ்லிம் பெண்போல் நிகாப் அணிந்து முகத்தை மூடிக்கொண்டு வரவேண்டும்? இங்கு அவரது அச்செயலைச் சாதாரணமாகப் புரிந்துகொள்ளத்தான் நாம் முனைகிறோம்.

உடனே அவர் சொல்கிறார்: "எங்க வீட்ல இப்படி ஒரு உடை இருந்தது, உடுத்துக்கு வந்தேன்". இப்படிச் சொல்லியிருந்தால் நம் புரிதல் இதனை ஏற்றுக்கொள்ளுமா? உடனே அவரின் பதிலுக்கு மீண்டும் கேள்வி கேட்டிருப்போம் 'அதுதான் ஏன் அதை உடுத்துக்கு வந்தாய்?' என்று.

இக்கேள்விக்கு அவர் தரப்பிலிருந்து வேறு சில பதில்களையும் தயாரித்துத் தருகிறேன். அவைகளையும் வாசித்துப் பாருங்கள்:

1. எனது முகத்திலும் தலைப்பகுதியிலும் ஒருவித காயங்கள் எற்பட்டுள்ளன. அவைகள் புழுதி தூசுகள் படாதபடி வைத்தியர் பாதுகாக்கச் சொல்லியுள்ளார்..

2. எனது முகத்திலும் தலையிலும் ஒரு வித தொற்றுவியாதி உள்ளது. மற்றவர்களுக்கு அது தொற்றாமல் இருக்கத்தான் அப்படி செய்கிறேன்..

3. ஒரு வாரத்திற்கு இப்படிச் செய்தால் என்னைப் பிடித்திருக்கும் சில துரதிஸ்டங்கள் அகன்றுவிடும் என சொன்னார்கள்.

4. பால்நிலை (gender) என்பது சமூகத்தால் கட்டமைக்கப்பட்ட ஒன்று. அது ஒரு ஆண் மற்றும் பெண் இப்படித்தான் தன்னை வெளிப்படுத்த வேண்டும், செயற்பட வேண்டும் எனும் சமூக கற்பிதங்களை பின்பற்றுவதால் உருப்பெறுபவைகள். அத்தகைய gender stereotypes களைக் கலைத்துப் போடும் உரையாடலை உங்களுக்குள் கொண்டுவரத்தான் முஸ்லிம் பெண்கள் அணியும் உடையில் வருகிறேன்.

இது போன்ற காரணங்களைச் சொல்லும் பொழுது நமக்குப் புரிந்துவிடுகிறது. அதாவது நமது புரிதல் இக்காரணங்களை ஏற்றுக்கொள்கிறது.

இங்கு நம் புரிதல் ஒரு நிபந்தனைப்படுத்தலை உருவாக்குவதனைப் பார்க்கலாம். அதாவது, எனது புரிதல் ஏற்றுக்கொள்ளும்படி ஒரு காரணத்தைச் சொல் எனும் நிபந்தனைப்படுத்தல். அதனால்தான் 'எங்க வீட்ல இப்படி ஒரு உடுப்பிருந்தது போட்டுக்கொண்டு வந்தேன்' என்பதனை புரிந்து கொள்வதற்கான ஒரு விசயமாக ஏற்க சிரமமாகிறது.

சரி, அது இருக்கட்டும். இதனை நாம் ஏன் முதலில் புரிந்துகொள்ள வேண்டும் என நினைக்கிறோம்? அவர் உடல். அவர் விருப்பம் என ஏன் இலகுவாய் ஏற்க முடியாமல் போகிறது?

கூண்டுக்குள் பிறந்த பறவைக்கு சிறகிருந்தால்தான் என்ன? சிறகுடன் அதனை ஏற்றுக் கொள்ள வேண்டியதுதானே?

தனக்கென வரிந்துகொண்ட மதிப்பீட்டை மற்றமைகளின் மீது கவிழ்த்தி வரை செய்யும் இன்னொரு பிரதியினையும் வாசித்துப் பாருங்கள்.

"என் இறுதி மூச்சு இன்றோ நாளையோ
என்றிருக்கையில்
நான் சந்திக்க விரும்புவது
ஒரு
சிட்டுக்குருவியை
கேட்க வேண்டியதெல்லாம்
ஒரே கேள்விதான்
ஏன் இப்படி கண்ணாடியில்
முகம் பார்த்து

உன் பிம்பத்தை நீயே கொத்தி
உன் வாழ்நாளை வீணடித்தாய்?"

-M.D.முத்துக்குமாரசமி

இப்பிரதியில் வைக்கப்பட்டிருக்கும் கவிதைசொல்லி சாகக் கிடக்கிறார். அவரின் கடைசி ஆசை எல்லாம், ஒரு சிட்டுக் குருவியைப் பார்த்து "ஏன் தேவையில்லாமல் கண்ணாடியிலுள்ள உன்னுடைய பிம்பத்தைப் பார்த்து கொத்திக் கொத்தி உன்னுடைய வாழ்நாளையே அநியாயமா இப்படி வீணாக்கினாய்? எனக் கேட்பதுதான் எனச் சொல்கிறார்.

குருவியிடம் கேட்க விரும்பும் கவிதை சொல்லியின் இந்தக் கேள்வி ஒரு ஏற்பினை அடிப்படையாகக் கொண்டிருப்பதை அவதானிக்கலாம். அது:'எனக்கு நன்றாகத் தெரியும் கண்ணாடியில் பிம்பத்தைப் பார்த்துக் கொத்துவது வீணான செயல்.'

இந்த ஏற்பு கவிதைசொல்லி கொண்டிருக்கும் முற்கற்பிதத்தை அறியத்தருகிறது. அது:

'ஒவ்வொரு செயலும் ஏதாவதொன்றைத் தரவேண்டும். அது நான் பிரயோசனமானது எனக் கருதும் ஒன்றாக இருக்க வேண்டும்.'

எனவேதான், கவிதைசொல்லி குருவியைப் பார்க்கிறார். அது கண்ணாடியில் தனது பிம்பத்தையே கொத்துகிறது. அந்தச் செயலால் அதற்கு எந்தப் பிரயோசனமும் கிடைக்கவில்லை என்று தனது கற்பிதத்தின் வழி முடிவெடுத்துக் கொண்டவர், தெரிந்து கொள்ள விரும்புவதெல்லாம்: ஏன் இப்படி உன்னுடைய வாழ்க்கையை வீணடித்தாய்? உருப்படியாக வேறொரு வேலை பார்த்திருக்கலாம் தானே? எனும் கேள்விக்கான பதிலை.

இக்கவிதைசொல்லியிடம் நாம் இப்படிக் கேட்டுவைப்போம்: குருவி அதன் பாட்டிற்கு அது கொத்துகிறது. உங்களுக்கென்ன? அதன் பிம்பத்தினை அது பார்த்துக் கொத்த குருவிக்கு ஆயிரம் தேவை இருக்கும்; ஒரு தேவையுமே இல்லாமல் கூட இருக்கும். அதன் விருப்பம் அது செய்கிறது. அது அப்படி செய்வதை எந்த விதத்தில் வீணான வேலை; அதன் வாழ்க்கையையே வீணடித்து விட்டதாகச் சொல்லுவியள்?

20

90களுக்குப் பிறகு பிரசித்தம் பெற்ற நவீன கவிதையை ஒழுங்கவிழ்த்தல்

அண்மையில் அகழ் இதழில் வெளியாகி இருந்த கவிஞர் ஷங்கர்ராமசுப்ரமணியன் உடனான நேர்கலை தோழர் அனோஜன் முகனூலில் பகிர்ந்திருந்தார். நேர்காணலை வாசித்தாயிற்று. கவிதைகள் பற்றிய கவிஞர் ஷராசுவின் (பெயர் சுருக்கமாய்) பல நிலைப்பாடுகள் மீது நமக்கு முரண்படும் பல மாற்றுக் கருத்துகள் உண்டு. இது அவைகளின் மீதான வினையாற்றுதலுக்கானது அல்ல.

அந்த நேர்முகத்தில் கவிஞர் ஷராசுவின் ஒரு கவிதை பற்றிய உரையாடல் வருகிறது. நேர்காணலைச் செய்தவரும், கவிஞர் சராசுவும் ஏகத்துக்கு அக்கவிதைப் பிரதி மீதானா ஹைப்பை ஏற்றிவிட்டிருப்பார்கள். "தமிழில் தொண்ணூறுகளுக்குப் பிறகு, பரவலாக பிரசித்தம் பெற்ற முதல் நவீன கவிதை அதுதான் என்று சொல்ல முடியும்" என்கிறார் கவிஞர் ஷராசு. அந்தக் கவிதையை உடனே பார்த்தே ஆகவேண்டும் என மனம் உந்த கூகிள் செய்தால், முன்வந்து நிற்கிறது கவிஞர் இசையின் வலைப்பக்கம். நான் இந்தக் கவிதையின் குழந்தை என இசையும் அந்தக் கவிதை பற்றிக் குறிப்பிடுகிறார்.

அக்கவிதைப் பிரதியுடன் வாசிப்பை செலுத்தி வினையாற்றிப் பார்ப்பதுதான் இப்பிரதியின் நோக்கம். ஒரு கவிதை அதன் பிரதியின் எல்லைக்குள் என்ன செய்து கொள்கிறது, அதனூடாக எதனை வெளிப்படுத்த முனைகிறது என்பதை அலசிப் பார்ப்பதுதான் நமது வாசிப்பு செய்யும் வேலை என்பதை மனம் கொள்க. முதலில் கவிதைப் பிரதியை வாசித்துவிடுங்கள்.

சிங்கத்துக்குப் பல் துலக்குபவன்

ஒரு வேலைக்கும் பொருத்தமற்றவர் என
உங்கள் மேல் புகார்கள் அதிகரிக்க
அதிகரிக்க
உங்கள் அன்றாட நிலைமைகளைக் கருத்தில்கொண்டு
உங்களுக்கு ஒரு எளிய பணி வழங்கப்படுகிறது
ஊரின் புறவழிச் சாலையில் உள்ள
மிருகக்காட்சி சாலையின் சிங்கத்துக்கு
பல்துலக்கும் வேலை அது
காவல் காப்பவனும் நீங்களும்
கூண்டில் அலையும் பட்சிகளும் மிருகங்களும்
உங்கள் மனஉலகில்
ஒரு கவித்துவத்தை எழுப்புகின்றன
அதிகாலையில் பிரத்யேக பேஸ்டை பிரஷில் பிதுக்கி
உங்களது பணி இடத்திற்கு ஆர்வத்தோடு கிளம்புகிறீர்கள்.
அதிகாலை
மான்கள் உலவும் புல்வெளி
உங்கள் கவித்துவத்தை மீண்டும் சீண்டுகிறது
முதலில் கடமை
பின்பே மற்றதெல்லாம் எனச்சொல்லிக் கொள்கிறீர்கள்
கூண்டை மெதுவாய் திறந்து மூலையில்
விட்டேத்தியாய் படுத்திருக்கும் சிங்கத்திடம்
உங்களுக்குப் பணி செய்வதற்கு நியமிக்கப்பட்டுள்ளேன்
நீங்கள் ஒத்துழைக்க வேண்டுமென்று
விவரத்தைக் கூறி பிரஷை காட்டுகிறீர்கள்
ஒரு கொட்டாவியை அலட்சியமாக விட்டு
வாயை இறுக்க மூடிக்கொள்கிறது சிங்கம்
ஸ்பரிசம் தேவைப்படலாம் என ஊகித்து
தாடையின் மேல்புறம் கையைக் கொண்டு போகிறீர்கள்
சிங்கம் உறுமத் தொடங்கியது
கையில் உள்ள பிரஷ் நடுங்க
உங்களுக்கு பிரஷ் செய்வது
என் அன்றாட வேலை
அது எனக்கு சம்பளம் தரக்கூடியது
எவ்வளவு நாற்றம் பாருங்கள்
உங்கள் பற்களின் துர்நாற்றம் அது
சிறிதுநேரம் ஒத்துழையுங்கள்
மீண்டும் சிங்கம் உறுமுகின்றது.
அது பசியின் உறுமலாகவும் இருக்கலாம்.
நீங்கள் மூலையில் சென்று அமருகிறீர்கள்
காலையின் நம்பிக்கையெல்லாம் வற்றிப்போக
பக்கத்து கூண்டுப் பறவைகளிடம்
வழக்கம்போல்
பணி குறித்த முதல் புகாரைச் சொல்லத்
தொடங்குகிறீர்கள்.
எனது வேலையை ஏன் புரிந்துகொள்ள

மறுக்கிறது சிங்கம்.
பறவைகள் ஈ... ஈ... எனப்
புரிந்தும் புரியாமலும் இளித்தன.
கூண்டைச் சுற்றி மரங்கள்
படரத் தொடங்கும் வெயில்
வாயில்காப்போன் உங்களைப் பார்வையிட
தூரத்தில் வந்து கொண்டிருக்கிறான்.

எந்த வேலைக்கும் லாயக்கற்றவர் என புகார் செய்யப்படும் ஒருவர் இந்தப் பிரதிக்குள் அறிமுகப்படுத்தப்படுகிறார். இக்கவிதைக்குள் வைக்கப்பட்டிருக்கும் இந்த கவிதை மனிதர் அவரின் நாளாந்த செலவுகளை மேற்கொள்வதற்காவது சம்பாதிக்கட்டும் என வழங்கப்படும் ஒரு வேலையையும் அந்த வேலையில் முதல் நாள் நிகழ்வதையும் விபரிக்கிறது இப்பிரதி.

1.

இப்பிரதியில் கவிதை சொல்லல் எப்படி அமைக்கப்பட்டிருக்கிறது என்றால், அந்தக் கவிதை மனிதரின் குரல் வழி கவிதை சொல்லலை மேற்கொள்ளப்படாமல், அதனை சொல்வதற்கு என்று ஒரு கவிதை சொல்லி பிரதிக்குள் வைக்கப்பட்டிருக்கிறார். இந்தக் கவிதை சொல்லியும் விலகி நின்று, அந்தக் கவிதை மனிதரையும் அவரின் செயற்பாடுகளையும் படர்க்கையில் விபரிப்பதைத் தவிர்த்து, அந்தக் கவிதை மனிதருக்கு அருகில் நின்று அவரை முன்னிலைப்படுத்தி அவர் என்ன செய்கிறார் என அவரிடமே சொல்வது போல் கவிதை சொல்லல் முறை அமைக்கப்பட்டிருக்கிறது.

கவிதை மனிதர் என்ன செய்கிறார், என்ன நினைக்கிறார் எனப் பார்த்து அவரிடமே சொல்வதுதான் இப்பிரதியில் வைக்கப்பட்டிருக்கும் கவிதை சொல்லி பார்க்கும் வேலை. இப்பிரதியில் எந்த ஒரு இடத்திலும் அந்தக் கவிதை மனிதர், தன்னைப் பற்றி, தான் செய்வதைப் பற்றி, தான் நினைப்பதைப் பற்றி கவிதை சொல்லி கூறும் விபரிப்பை மறுத்து எந்த ஒரு மாற்றுக் கருத்தும் சொல்வதில்லை. இதனை இரண்டு விதமாக ஊகித்துக் கொள்ளலாம்.

முதலாவது: பிரதிக்குள் வைக்கப்பட்டிருக்கும் அந்தக் கவிதை மனிதர் ஒரு அப்பாவி. அவர் என்ன செய்கிறார் என அவருக்கே தெரியவில்லை. அவரைப் பற்றி, அவர் என்ன செய்கிறார், அவர் என்ன நினைக்கிறார், அவர் மீது என்ன புகார் இருக்கிறது, ஏன் இந்த வேலை தரப்படுகிறது என அவரிடம் சொல்ல வேண்டும்.

அதற்காகவே கவிதை சொல்லி பிரதிக்குள் உருவாக்கப்பட்டிருக்கிறார். இப்படியாக ஊகித்துக் கொண்டால், இப்பிரதியானது அந்தக் கவிதை மனிதரை இரண்டாம் பட்சமாகவும் இந்தக் கவிதை சொல்லியினை உயர் நிலையிலும் வைத்து treat பண்ணுவதாகவும் வாசிப்புச் செய்யலாம்.

இரண்டாவது: கவிதை சொல்லி என்னைப் பற்றி என்னிடம் சரியாகத் தான் சொல்கிறார் என அந்தக் கவிதை மனிதர் ஒரு நிலைப்பாட்டைக் கொண்டிருக்கலாம். ஆனால் அவர் தன்னைப் பற்றி கவிதை சொல்லி சொல்வதை ஆமோதிக்கிறாரா இல்லையா என்பதைக் கூட பிரதிக்குள் எங்கும் வெளிப்படுத்துவதில்லை. இதுவும் அக்கவிதை மனிதரை சுயஅபிப்பிராயம் அற்றவராக இப்பிரதி கட்டமைக்க முனைகிறது என ஊகிப்பதற்குச் சாய்வாகவே அமைந்துவிடுகிறது.

2.

பிரதியில் உள்ள அந்தக் கவிதை மனிதரிடம், அதில் வைக்கப் பட்டிருக்கும் இந்தக் கவிதை சொல்லி கூறுகிறார்: நீங்கள் பல வேலைகளை செய்திருக்கிறீர்கள். நீங்கள் பார்த்த எந்த வேலையையும் உருப்படியாகச் செய்ய நீங்கள் லாயக்கற்றவர் என பலரும் சொல்லித்தான் உங்களைப் பணியில் தொடர்ந்தும் அமர்த்திக் கொள்ளாமல் அனுப்பி விட்டிருக்கின்றனர். நீங்கள் பணம் சம்பாதிக்க ஒரு வேலையில்லாமல் அன்றாட செலவுக்கே கஸ்டப்படுகின்றீர்கள். அதனைப் பொருட்படுத்தித்தான் உங்களுக்கு மிகவுமே எழிய ஒரு வேலையைத் தெரிவு செய்து தருகிறார்கள். தினமும் சிங்கத்துக்கு பல் துலக்குவதுதான் அந்த எழிய வேலை.

இங்கு கவிதை சொல்லி, பிரதிக்குள் எந்த ஒரு இடத்திலுமே அந்தக் கவிதை மனிதரிடம் எந்த ஒரு உரையாடலையும் துவங்குவதில்லை. நீங்கள் பார்த்த எந்த வேலையையும்ஏன் உங்களால் ஒழுங்காகச் செய்ய முடியவில்லை என ஒரு பேச்சுக்காவது அவரிடம் கேட்க வில்லை. அந்தக் கவிதை மனிதரிடமும் அவர் பார்த்த, பார்க்கின்ற வேலைகள் பற்றிய விருப்பு நிலைகளும் அபிப்பிராயங்களும் இருக்கலாம்என்பதைஇப்பிரதிக்குள்அக்கறைகொள்ளப்படவில்லை. அந்தக் கவிதை மனிதரும் எந்த ஒரு இடத்திலும் தனது அபிப்பிராயத்தை குறுக்கிட்டு வெளிப்படுத்தவில்லை. அப்படி வெளிப்படுத்தக் கூடாத ஒரு கவிதை மனிதர்தான் உருவாக்கப்பட்டு கவிதைக்குள் வைக்கப்பட்டிருக்கிறார்.

சிங்கத்துக்குப் பல் துலக்குவது ஏனைய வேலைகளை எல்லாம் விட எழிதான வேலை என பிரதிக்குள் முன்வைப்பது, கவிதை சொல்லிதானே ஒழிய அந்தக் கவிதை மனிதர் அல்ல. அவர் அந்த வேலையில் சேர்ந்த முதல் நாளே அந்த வேலையை செய்ய முடியாமல் திண்டாடுகிறார். அது அவருக்கு சவாலான வேலைதான். ஆனால் தனக்கு எழிதான வேலை என கவிதை சொல்லிக்குத் தோன்றும் அபிப்பிராயத்தை கவிதை மனிதரின் மீது கவிழ்த்தி விட்டிருப்பார். தனக்கு எழிதாகத் தோன்றும் வேலை இவருக்கும் அப்படித்தான் இருக்க வேண்டும் எனும் திணிப்புத் தன்மை கவிதை சொல்லியிடம் மறைவில் இயங்குவதை அவதானிக்கலாம். தனக்கு எழிதாகத் தோன்றும் வேலையைக் கூட இவர் செய்ய லாயக்கற்றவர் என மீண்டும் கவிதை மனிதர் மீது மற்றவர்கள் சுமத்திய அபிப்பிராயத்தினை உறுதிப்படுத்துவதற்கு துணை செய்கிறார் கவிதை சொல்லி.

3.

இங்கு வைக்கப்படிருக்கும் கவிதை மனிதர், தான் பார்த்த வேலை தனக்குப் பிடித்திருக்கிறதா இல்லையா என்று கூட மறு பேச்சை வெளிப்படுத்தாதவர். அவர் எப்படி தனக்கு வழங்கப்படும் வேலைகள் குறித்து மாற்று அபிப்பிராயத்தை வெளிப்படுத்துவார்? சிங்கத்திற்கு பல்துலக்கும் வேலை கொண்டிருக்கும் மனிதமய்ய சிந்திப்பின் சிக்கலை எப்படிச் சொல்வார்? மனிதமற்றமைகள் மீது மனித கலாச்சாரத்தை திணிக்கும் போக்கு கொண்டிருக்கும் மேலாதிக்கத்தையும், அவைகளை அடைத்து வைத்து உதவுவதன் பின்னரசியலையும் அவர் எப்படிப் பேசுவார்?

பிரதிக்குள் அந்தக் கவிதை மனிதர் பேசுவதாக கவிதை சொல்லி இரு இடங்களில் கூறுகிறார்.

ஒரு இடம்: சிங்கத்திடம் போய், இப்படி இன்ன வேலைக்கு சேர்ந்திருக்கன்.கொஞ்சம் பல்லைக் காட்டி ஒத்துளையுங்கள். உங்கள் பற்கள் கடுமையாக நாறுகிறது. துலக்கி விடட்டுமா எனக் கேட்கிறார். கவனியுங்கள், இங்கு மனிதர்கள் தங்களின் பழக்கவழக்கத்தை மற்றமைகள் மீது செலுத்துவதை மறைமுகமாக ஆமோதிக்கிறார். அல்லது அவரது நனவிலியில் அது நல்லவிசயமாகப் படிந்திருக்கிறது.

அடுத்த இடம்: பறவைகளிடம் தனது பணி குறித்து புகாரைச் சொல்லும் பகுதி. அப்படி என்ன புகாரைச் சொல்கிறார் என்பதை

அறிய நமக்கும் ஆவலாகத்தான் உள்ளது. ஆனால் அதனைப் பிரதிக்குள் அறிந்துகொள்ள முடியாமல் போய்விடுகிறது. ஏனென்றால், பிரதிக்குள் ஒலிப்பது அந்தக் கவிதை மனிதரின் குரலுமல்ல அவரின் தரப்பிலிருந்து பேசும் குரலுமல்ல. பிரதிக்குள் இருப்பது கவிதைசொல்லியின் அபிப்பிராயக் கலவை.

4.

இப்பிரதியில் முன்வைக்கப்படும் சொல்லலில் இருந்து, அந்தக் கவிதை மனிதர் ஏன் எந்த வேலைக்கும் லாயக்கற்றவர் எனும் பிரதான அபிப்பிராயத்தை நோக்கி பிரதியை இடையீடு செய்து வாசிக்கும் பொழுது, 3 காரணங்களை ஊகித்துக் கொள்ள இப்பிரதி இடம் தருகிறது.

ஒன்று: தான் பார்த்த வேலைகள் தனக்குப் பிடித்திருக்கிறதா இல்லையா, தனக்குப் பொருத்தமா இல்லையா என்பது பற்றிய சுயஅபிப்பிராயம் அற்றவர் அல்லது அபிப்பிராயத்தை வெளிப் படுத்தாதவர் தான் அந்த கவிதை மனிதர். அத்துடன் யாரிடம் புகார் செய்ய வேண்டும் என்பது கூடத் தெரியாதவர். மிருகக்காட்சி சாலையில் பறவைகளிடம் புகார் செய்கிறார். அவைகள் அவர் சொல்வது புரிந்தும் புரியாமலும் ஈ..ஈ.. என இளிக்கின்றன.

இரண்டு: சிங்கத்திடம் அதற்குப் பல்துலக்கும் வேலைக்கு தான் நியமிக்கப்பட்டிருப்பதாகவும் அதனை மேற்கொள்ள ஒத்துழைப்புத் தருமாறும் கேட்கிறார். அது ஒத்துழைக்கவில்லை. இதற்கு முதல் அவர் பார்த்த வேலைகளிலும் இதுவே நிகழ்ந்திருக்கலாம். இவருடன் வேலை பார்த்தவர்கள் ஒத்துழைக்காமல் போக இவரால் ஒழுங்காக வேலை பார்க்க முடியாமல் போய் இருக்கலாம்.

(தனது வேலையைச் செய்வதற்கு ஒத்துழைக்க வேண்டியவர் ஒத்துழைக்கிறார் இல்லை என்பதை எங்கு புகார் செய்ய வேண்டும் என்பது கூட தெரியாதவர் அவர். பாவம்)

மூன்று: மிருகக் காட்ச்சி சாலையில் இணைந்து கொண்ட முதல் நாள், அங்கு அவர் பார்த்த காட்சிகள் தனக்குள் கவித்துவத்தை கிளப்பப் பார்த்ததாக இரு இடங்களில் சொல்கிறார். அதில் ஒரு இடத்தில், முதலில் கடமையைத்தான் பார்க்க வேண்டும் என தன்னுள் கிளம்பும் கவித்துவத்தைக் கட்டுப்படுத்துகிறார். இதனூடாக, கவிதை எழுதுவதுதான் அவருக்கு மிகவும் பிடித்த

விசயம் என்பதை அறிந்து கொள்ள முடிகிறது. அப்படி கவிதை எழுதுவதில் பிடிப்பான ஒருவர் பிடிக்காத வேலைகளைச் செய்ய நேர்வது ஒரு காரணம் எனவும் ஊகித்துக் கொள்ளலாம்.

5.

இறுதியாக, பிரதிக்குள் இருக்கும் அந்தக் கவிதை மனிதர், மிருகக்காட்ச்சி சாலையில் தான் காணும் காட்ச்சிகள் அவருக்குள் கவித்துவத்தை சீண்டும் விசயத்தின் மீதும் ஒரு வாசிப்பினைச் செய்துவிடுவோம்.

அவர் அதிகாலை டூத் பிரஷை கொண்டு சிங்கத்தை நோக்கிச் செல்லும் பொழுது 'மான்கள் உலவும் புல் வெளியைப்' பார்க்கிறார். அது அவரிடம் கவித்துவத்தை சீண்டுகிறது. அவர் மிருகக்காட்சி சாலைக்குள் நுழைந்து அங்குள்ள காவல்காப்பவன், கூண்டில் அலையும் பட்சிகள், மிருகங்கள் போன்றவற்றைப் பார்த்த போதும் அக்காட்சிகள் அவருக்குள் ஒரு கவித்துவத்தை எழுப்புகிறது.

இக்காட்சிகளைப் பார்க்கும் கவிதை மனிதருக்குள் எழும்பப் பார்க்கும் கவித்துவம் என்பது என்ன வென இருவிதத்தில் புரிந்து கொள்ள வாய்ப்புண்டு.

ஒன்று: அவர் சொல்லும் கவித்துவம் என்பது, பார்க்கும் காட்சிகளை வைத்துக் கொண்டு மேலும் கற்பனை செய்து இணைக்கும் சம்பவங்களுடன் கவிதையை உருவாக்கும் விசயத்தைத்தான் அவர் கவித்துவம் எனக் குறிப்பிடுகிறார் எனப் பார்க்கலாம்.

இரண்டு: அல்லது பார்க்கும் காட்சிகளை அப்படியே மொழிக்குள் விபரித்து விடுவதைத்தான் கவித்துவமாகப் பார்க்கிறார் எனவும் கருதலாம்.

இந்தக் கவிதைப் பிரதியை வாசிப்புச் செய்ய, கவிஞர் ஷராசுவின் நேர்காணலை வாசித்துவிட்டே வந்திருப்பதால் அவரின் நிலைப்பாட்டையும் இங்கு கொஞ்சம் சீண்டிப் பார்க்கத் தோன்றுகிறது. கவிஞர் ஷராசு தன்னை இந்த நேர்காணலில் எப்படி முன்வைக்கிறார் என்றால், புகைப்படக் கலைஞனாக வந்திருக்க வேண்டியவன் தான் கவிதை எழுத வந்துவிட்டேன் என்கிறார். அதாவது ஒரு புகைப்படம் எடுப்பவர் செய்யும் வேலையைத்தான் அவர் கவிதையில் செய்வதாகச் சொல்கிறார். அதை நிரூபிப்பதைப் போல் அவருடனான நேர்காணலுக்கு இடையில் அவருடைய

புகைப்படக் கவிதை ஒன்றும் செருகப்பட்டிருக்கிறது. அதையும் வாசித்துப் பாருங்கள்:

சற்று முன்னர்
சமுத்திரத்தில் உயிர்த்து
இப்போது
கருத்த முதியவளின்
எடைத் தராசில்
துடிப்பு நீங்கி
துயிலும் மீன்களின்
மீது ஈக்கள் போலப் படரும்
கதிரே
உனக்கு வந்தனம்

தமிழில் வாசிக்கக் கிடைக்கின்ற ஒரு தொகைக் கவிதைப் பிரதிகளைப் பார்த்தால், அவைகள் எல்லாம் பார்க்கும் காட்சிகளை அப்படியே வர்ணித்திருப்பதை அவதானிக்கலாம். அதாவது, கெமராவைக் கொண்டு கிளிக் செய்யும் புகைப்படத்தை மொழியில் விபரிக்கும் வேலையை செய்திருக்கும். இதுதான் படிமக் கவிதைகள் பிரதானமாகச் செய்யும் வேலை.

படிமக் கவிதைகளை வாசிக்கும் பொழுது எனக்கு எப்பொழுதும் நினைவுக்கு வரும் ஒரு விசயம் உண்டு. அது பாடசாலையில் படிக்கின்ற காலங்களில், ஆங்கிலப் பரீட்சைத் தாளில் எப்பொழுதும் இடம்பெறும் ஒரு கேள்வி. அக்கேள்வியில் ஒரு படம் தரப்பட்டு, அப்படத்தின் மேலாகக் குறிப்பிடப்பட்டிருக்கும்: *Describ the picture below within 50 words.*

நீங்கள் அந்தப் படத்தை தமிழில் டிஸ்கிரைப் பண்ணிவிட்டால், எழுவாய் பயனிலை, செயற்படு பொருளை மாற்றி எழுதினால், அந்த வசனத்தை உடைத்து வரிவரியாக அமைத்துக் கொண்டால், அதுதான் படிமக் கவிதை. இருக்கும் காட்சிகளைப் பார்த்து அப்படியே மொழியில் காப்பி பண்ணுவது. அதிகம் உழைப்புத் தேவையற்ற ஒரு கவிதை முறை.

பார்க்கும் காட்சிகளை அப்படியே சொற்களில் எழுதிக் காட்டும் கவிதை முனைவு, ஒரு கவிஞருக்கு இன்றும் அவசியமா என எனக்குள் எழுவதைப் போல் உங்களுக்கும் கேள்வி எழக்கூடும். அப்படிச் செய்வது அவரவர் விருப்பம். அதனை மறுக்க முடியாது என்பதுதான் எம் தரப்பு நிலைப்பாடும் கூட. ஆனால் இது தமிழில் அதிகம் பாவிக்கப்பட்ட ஒரு கவிதை மந்திரம். *Discrib the picture*

கேள்விகளை எதிர்கொண்ட எவரும் இலகுவாக செய்ய முடியுமான மிகவுமே பழகுபட்ட மந்திரம்.

ஒரு ஓவியன் பல நாட்கள் மினக்கெட்டு தத்துரூபமாக வரையும் ஒரு காட்சியை, கேமரா அறிமுகமாகி ஒரு கிளிக்கில் செய்துவிட்டதைப் பார்த்த ஓவியர்களுக்கு ஏற்பட்ட நெருக்கடியைத் தான், காட்சிகளைப் பார்த்து அப்படியே சொற்களில் வடிக்க முனையும் கவிஞர்களிடமும் நினைவுபடுத்த விரும்புகிறேன்.

21

ஃபஷ்ரியின் புனைவும் அதன் மீதொரு வாசிப்பும்

நாவலின் ஒரு பக்கத்தில் ஒரு பத்து வயது சிறுவனைப் பார்க்கிறோம் என வைத்துக் கொள்ளுங்கள். பல வருடங்கள் கடந்த பிற்பாடு அந்த நாவலைப் புரட்டி அந்தப் பக்கத்தைப் பார்த்தாலும் அங்கு அவன் பத்து வயதுச் சிறுவனாகத்தான் இருப்பான். பிரதி அவனது வயதினை உறையவைத்துக் கொள்கிறது. இது புனைவுப் பிரதிகள் கொண்டிருக்கும் இயல்பான தன்மை. அது புனைபிரதிகள் பேணும் எதார்த்தமாக கருதமுடியும்.

அந்த இயல்பிற்குள், புறச்சூழலில் நிகழும் 'வயதாகுதல்' எனும் எதார்த்தப் பண்பைக் கொண்டு வந்து செருகும் பொழுது அங்கு ஒரு கலப்பு ஏற்படுகிறது. அந்தக் கலப்பு, புனைபிரதிகள் பேணும் அந்த இயல்புத் தன்மையைக் கலைத்துவிடுகிறது. அதாவது, புனைபிரதி பேணும் எதார்த்தத்தை இந்த புறச்சூழல் எதார்த்தம் கலைத்து புதுவகைப் புனைவை உற்பத்தி செய்கிறது.

இது புனைவு ஒன்றிற்குள் எதார்த்தத்தைக் கொண்டு பொருத்தும் வேலைப்பாடு. அவ்வேலைப்பாடினால் எதார்த்தமும் புனைவும் தங்களின் எல்லைகளை இழந்து விடுகின்றன. அப்படியான ஒரு வேலைப்பாட்டைத் தான் பஸ்ரியின் இந்தப் பிரதி முயன்று பார்க்கிறது.

"நாவலின் நாற்பத்தோராவது பக்கத்தின் தெருவில் தான் முதன் முதல் சந்தித்தேன் அவளை. அப்போது அங்கே சிறுவர்கள் கிட்டிப்புள் விளையாடிக் கொண்டிருந்தனர். அவள் புன்னகைத்த போது அந்தப் பக்கம் பழுப்பு நிறமாக மாறியது. அது ஒரு பழம்பெரும் புன்னகை. அந்தச் சிறுவர்களும் இப்போது பெரியவர்களாகி திருமணம் செய்து குழந்தைகளுடன் க்றிகெட் விளையாடிக் கொண்டிருக்கிறார்கள்.

ஆனால் அவள் மட்டும் அதே இளமையுடன் அந்தப் பக்கத்தின் சொற்களுக்குள் சிக்கி புன்னகைத்துக் கொண்டிருக்கிறாள். அந்தப் புன்னகையைக் களவாட கறையான்கள் வரும் சப்தம் கேட்கிறது."

ஃபஷ்றி

நாவலில் 41 ஆவது பக்கத்தில், என்றோ அவளைப் பார்க்கும் பொழுது விளையாடிக் கொண்டிருக்கிறார்கள் சிறுவர்கள். இன்று அப்பக்கத்தைப் பார்க்கும் கவிதைசொல்லி, அவர்கள் வயதாகி இருப்பதைப் பார்க்கிறார். இதுதான் ஃபஷ்ரி செய்திருக்கும் அந்த புனைவு வேலைப்பாடு.

இந்த வேலைப்பாடு பிரதிக்குள் எதனைச் செய்ய முனைகிறது என ஒரு விசாரிப்பைச் செய்தால், அவளின் இருப்பை மாற்றமுறாமல் பேண முற்படுகிறார் என்பதை அவதானிக்க முடிகிறது. அதாவது, அங்கிருந்த சிறுவர்களுக்கெல்லாம் வயதாகிவிட்டது. ஆனால் அவள் மட்டும் அதே இளமையுடன் இருக்கிறாள் என்பதை வேறுபடுத்திக் காட்டத்தான் அப்படிச் செய்கிறார் என்பதை ஊகிக்க முடிகிறது.

ஏன் அவளை அப்படி இளமையுடனேயே பேண முற்படுகிறார் என்ற விசாரிப்புக்கு நகர்ந்தால், இன்னொரு விசயம் நமக்கு அகப்படுகிறது. பிரதிக்குள் உருவாக்கிய கவிதை சொல்லியை வைத்து ஆசிரியர் என்ன செய்கிறார் என்றால், அவளின் புன்னகையை பார்க்கச் செய்கிறார். அந்தப் புன்னகையை பழம்பெரும் புன்னகை என வியக்கச் செய்கிறார். அவளின் புன்னகையை மாற்றமுறாமல் அப்படியே பேண முற்படுகிறார். எனவேதான் அவளை மற்றவர்கள் போல் வயதாக விடாமல்; மாற்றமுறச் செய்யாமல் அந்தச் சொற்களுக்குள் சிக்கவைக்கிறார். உருவாக்கிய கவிதைசொல்லியை கொண்டு வந்து மீண்டும் அப்பக்கத்தைப் பார்க்கச் செய்கிறார் என ஊகிக்க முடிகிறது.

இந்த ஊகித்தலின் படி ஒரு வாசிப்புப் பிரதியை உருவாக்கிக் கொள்ளும் பொழுது நாம் இங்கு இடையீடு செய்து பார்க்க முடியுமான ஒரு விசயமுண்டு. அவளின் புன்னகையினை மாற்றமுறாமல் பேணுதல் எனும் நிலைப்பாடானது, இந்த நுகர்வுக் கலாச்சாரச் சூழலில் பெண்களை அழகுப் பண்டமாக பாவிக்கும் விசயத்தை பிரதிக்குள் மறு உருவாக்கம் செய்வதாக ஒரு சிந்திப்பைச் செய்யலாம். இதுதான் அவரின் நிலைப்பாடு என்றால், பிரதிக்குள், அவளது இளமைப் புன்னகையை தொடர்ந்தும் பேணவேண்டும்

அல்லவா? ஆனால் அவளின் புன்னகையை களவாட கறையான்களை அனுப்பி அச்சிந்திப்பை கலைத்துவிடுகிறார்.

இந்த இடத்தில் நமக்கு எந்தக் கேள்வி எஞ்சுகிறது என்றால், நாவலின் 41 வது பக்கத்திற்குள் சிறுவர்களை எல்லாம் வயாதாகவும், சொற்களுக்குள் இருந்து வெளியேறவும் விட்டவர், அவளை மாத்திரம் சொற்களுக்குள் சிக்கவைத்து, அவளை அரிக்க கறையான்களை ஏன் கொண்டுவருகிறார் என்பது தான். அல்லது கறையான்கள் வருகின்ற பொழுது கூட அவள் சிக்கி இருக்கும் சொற்களுக்குள் இருந்து அவள் விடுபட ஏன் சொற்களைக் கோர்க்கவில்லை என்பதுதான்.

22
கவிதைக்கு பதில்களைச் சொல்லிப் பார்த்தல்

கவிதைப் பிரதிகளை, புதிரான தத்துவ விசாரம் போன்ற கேள்வி கேட்கும் பாணியில் வடிவமைக்கும் வேலைப்பாடானது, நவீன கவிதைகள் அதிகம் பின்பற்றித் தேய்ந்த நெரடிவ் ஃபோம்களில் ஒன்று. அத்தகைய பிரதிகள் கொண்டிருக்கும் கேள்விகளுக்கு பதில் சொல்லி இடைவினையாற்றிப் பார்ப்பது, ஜாலியான ஒரு வாசிப்பு விளையாட்டுதான். அப்படியான ஒரு விளையாட்டினையே இவ்வாசிப்புப் பிரதியில் மேற்கொள்ள முனைகிறேன்.

இரண்டு கண்கள்
அவ்வப்போது
ஏன் துரத்துகின்றன

எதிரே தோன்றும் பெண்களுக்கு
அந்தப் புன்னகையை
ஏன் அணிவித்துப் பார்க்கிறேன்

அருந்தும்போது
அவள் உதட்டைத் தடவிய குவளையை
ஏன் மன்னிக்க மறுக்கிறேன்

புத்தகத்துக்குள்
ஒற்றை முடி
ஏன் குட்டி போட மறுக்கிறது

அந்தக் கதிரை மேல்
காற்று ஏன் முகத்தை திருப்பிக்கொண்டு
உட்கார்ந்திருக்கிறது

-முஹமட் ரஹீம்

1

//இரண்டு கண்கள் அவ்வப்போது ஏன் துரத்துகின்றன//

பதில்: ஏன் நீங்கள் அவ்வப்போது ஓடுகிறீர்கள்? திரும்பி நின்று துரத்தும் கண்களுடன் உரையாட முற்படலாமே.

மேலுள்ள கவிதைப் பிரதியில் வைக்கப்பட்டிருக்கும் கவிதை சொல்லியினை அவ்வப்பொழுது இரு கண்கள் துரத்துவதாகச் சொல்கிறார். அப்படி ஏன் துரத்துவதாகவும் கேட்கிறார்.

இங்கு அவர் பயன்படுத்தும் 'அவ்வப்பொழுது' எனும் சொற்பதமானது, அந்தத் 'துரத்தல்' பலமுறை இடம்பெற்றிருப்பதை அறியத்தருகிறது. துரத்துதல் என்பதற்கான துலங்கலான 'ஓடுதல்' என்பது அக்கூற்றின் மறைவில் இருக்கிறது. ஆகவே, பலமுறை இவ்விரண்டு கண்கள் துரத்தியும் கவிதை சொல்லி ஓடி இருக்கிறாரே ஒழிய, ஏன் அவைகள் துரத்துகின்றன என தனக்குள் கேட்டுக் கொண்டிருக்கிறாரே ஒழிய, அவைகள் துரத்தும் போது திரும்பி நின்று அந்தக் கண்களை எதிர்கொள்ளவில்லை.

2

//எதிரே தோன்றும் பெண்களுக்கு அந்தப் புன்னகையை ஏன் அணிவித்துப் பார்க்கிறேன்//

பதில்: "புன்னகை அணியாத பெண்களை, அவர்களின் அந்த வித்தியாசங்களுடன் ஏன் ஏற்க மறுக்கிறீர்கள்? பெண்கள் என்றால் புன்னகை அணிந்தே இருக்க வேண்டுமா?"

இங்கு கவிதை சொல்லியின் முன்பாக வரும் பெண்கள் எவரும் அவரிடம், எங்களுக்கு புன்னகை அணிவியுங்கள் எனக் கேட்கவில்லை. அவர்கள் கேட்காத ஒன்றை அவர்களின் உடலில் பொருத்திவிடுவது திணிப்பு சார்ந்த விடயம். அவர்கள் விரும்பிக் கேட்டிருக்கக் கூடும், அதனால் தான் அணிவித்திருக்கிறார் எனக் கொண்டால், 'ஏன் அணிவித்துப் பார்க்கிறேன்' எனக் கேள்வி கேட்டிருக்க மாட்டார்.

இங்கு கவிதை சொல்லி, தான்செய்யும் செயலை ஏன் செய்கிறேன் எனும் பிரஞ்ஞை அற்று இருக்கிறார்.

அவர் பெண்களிடம் போய், என்னிடம் உங்களுக்குத் தருவதற்கான புன்னகைகள் உண்டு. வேண்டுமா எனக் கேட்கவில்லை. அவர்களிடம் எதுவும் சொல்லாமல் அணிவித்தே விடுகிறார். அவரினுள் இயங்கும் கூட்டுநனவிலி மனதில், பெண்கள் கட்டாயம் புன்னகை அணிந்திருக்க வேண்டும்; அது சிறந்த விடயம் எனும் ஏற்பு இருந்திருக்கலாம். அதனால் தான் அவர்கள் கேட்காமலே

அணிவித்திருக்கலாம். பெண்கள் புன்னகை அணியாமலும் இருக்கலாம் என்பதை அவர் ஏற்றிருந்தால், அவர்களுக்கு புன்னகை அணிவிப்பது குறித்து சிந்தித்தே இருக்கமாட்டார் அல்லவா?

3

//அருந்தும்போது அவள் உதட்டைத் தடவிய குவளையை ஏன் மன்னிக்க மறுக்கிறேன்//

பதில்: "ஏன் அவளின் உதட்டைத் தடவிய குவளை குற்றம் செய்ததாய் வரையறுக்கிறீர்கள்? அது அவளுக்கும் குவளைக்கும் இடையிலான விசயம்."

அவள் குவளையில் பானம் எதையோ அருந்தி இருக்கிறாள். குவளையை அவளாகவே எடுத்து அருந்தியிருக்கிறாள். அப்பொழுது அவளின் உதட்டில் அக்குவளை பட்டிருக்கிறது. இதனைப் பார்த்த அக்கவிதை சொல்லி, நான் குவளையை மன்னிக்க மாட்டேன் என பிரஸ்தாபிக்கிறார். அவர் மன்னிக்க மாட்டேன் எனச் சொல்வதற்கு, அப்படி அது என்ன குற்றம் செய்தது என்பது என் கேள்வி. அவளாகவே குவளையை எடுத்து தனது உதடுடன் படவைத்தாள். குவளையும் அவளின் செயலுக்கு உடன்பாடின்மையைக் காட்டவில்லை. அது அவளுக்கும் குவளைக்கும் இடைப்பட்ட விசயமாகிறது. இதில் கவிதைசொல்லி மன்னிக்க மாட்டேன் எனச் சொல்ல என்ன இருக்கிறது?

4

//புத்தகத்துக்குள் ஒற்றை முடி ஏன் குட்டி போட மறுக்கிறது//

பதில்: "புத்தகத்திற்குள் வைக்கும் முடி, குட்டிபோட வேண்டுமென ஏன் எதிர்பார்ப்பையும் நிபந்தனையையும் அந்த முடியின் மேல் போடுகிறீர்கள்?"

கவிதை சொல்லி புத்தகத்திற்குள் ஒரு முடியை வைக்கிறார். அது குட்டி போட வேண்டும் எனும் எதிர்பார்ப்பை மட்டும் வைக்கிறார். அது மறுத்துவிடுகிறது. அது குட்டிபோடுவதை மறுக்கவும் செய்யும் என்பதை அவர் ஏற்றிருக்க வில்லை. அப்படி ஏற்றிருந்தால், ஏன் குட்டிபோட மறுக்கிறது எனக் கேட்டிருக்கமாட்டார். அதன் மீது ஒற்றை எதிர்பார்ப்பையும் நிபந்தனையையும் ஏற்றிவைத்திருப்பதால் அவரிடம் உருவாகிய கேள்வி அது.

5

//அந்தக் கதிரை மேல் காற்று ஏன் முகத்தை திருப்பிக்கொண்டு உட்கார்ந்திருக்கிறது//

பதில்: *"நீங்கள் ஏன் அது முகம் திரும்பி இருக்கும் பக்கமாய்ச் சென்று அதனைப் பார்க்கக் கூடாது? நீங்கள் இருக்கும் திசையில் தான் முகத்தைத் திருப்பியிருக்க வேண்டும் என அவசியமில்லையே.."*

கவிதை சொல்லி பார்க்கிறார். (அவர் அருகில் வந்து பார்க்கிறாரா அல்லது தொலைவில் இருந்து பார்க்கிறாரா என்ற எந்தத் தகவலும் இல்லை) கதிரையில் காற்று அமர்ந்திருக்கிறது. அது தன் முகத்தை ஒரு திசையில் வைத்திருக்கிறது. காற்று அதன் முகத்தை அது எந்தத் திசையில் விரும்புகிறதோ அத்திசையில் வைத்திருக்கலாம் எனும் ஏற்பு அவரிடம் இருந்திருந்தால், அவர் அந்தக் கேள்வியைக் கேட்டிருக்க மாட்டார். கவிதை சொல்லி என்ன நினைக்கிறார் என்றால், காற்றின் முகம் என்பது இந்தத் திசையில்; இந்த வாக்கில் இருக்கவேண்டும் என்பதைத்தான். அது எந்தத் திசையில் இருக்கவேண்டும் என அவர் நினைக்கும் திசை 'அவரை நோக்கிய திசை' என எடுத்துக் கொள்கிறேன். எனவே தான் அப்படியொரு பதிலை சொல்லிப் பார்த்திருக்கிறேன்.

23
காதல் டும்டும்கள்

காதல் செய்வதைச் சுற்றி நமது சமூகக் கலாச்சார வெளியில் பலதரப்பட்ட நிலைப்பாடுகள் இயல்பானதென நிறுவப்பட்டு இயக்கமுறுவதை அவதானிக்கலாம்.

உதாரணமாக:
காதல் இருவர் இணைந்து செய்வது.
அது ஒரு ஆணும் பெண்ணும் இணைந்து செய்வது.
காதல் திருமணத்தில் வெற்றி பெறுகிறது.
இன்னும் பல...

இப்படி இயல்பென ஆக்கப்பட்ட விசயங்கள் ஒவ்வொன்றும் மறைவில் 'வேண்டும்'களாக இருந்து அழுத்தம் கொடுக்கின்றன; வற்புறுத்துகின்றன. காதல் ஒரு ஆணும் பெண்ணும் இணைந்து செய்வது என்பதன் மறைவில், அது ஒரு ஆணும் பெண்ணும் மாத்திரமே இணைந்து செய்ய வேண்டும் எனும் அழுத்தம் இருப்பதைத்தான் சொல்கிறேன். இத்தகைய அழுத்தம் தான் இரு ஆண்கள் இணைந்து காதல் செய்தலை இயல்பானதாக ஏற்றுக்கொள்ள மறுத்து, அது ஒரு கூடாத செயலாக தீர்மானித்து விடுகிறது.

இப்படிக் காதலைச் சுற்றி இயல்பேறடைந்துள்ள சில விசயங்களை இடையீடு செய்து அதன் மறைவில் உள்ளதை அணுகிப் பார்ப்போம். முதலில் இந்தப் பிரதியை வாசித்துவிடுங்கள்.

எனது விருப்பம்
நாள் தொடங்கும் போது
உன் சோப்பாகவும் பல்தூரிகையாகவும்
இருக்கவேண்டும் நான்
இயல்பாகவே நீ என்னைப் பயன்படுத்துவாய்
உனக்கு மிக வேண்டியதாக
மிக நெருக்கமானதாக

ஒவ்வொரு காலைப் பொழுதிலும்
உனது தினத்தாளின் தலைப்புச் செய்தியாக
இருக்க வேண்டும் நான்
இலகுவில் நீ அதைத் தவறவிட முடியாது

நீ வேலைக்குச் செல்லும் போது
உனது பஸ்டிக்கட்டாக
இருக்க வேண்டும் நான்
அதை வாங்குவதையும் கவனமாகப் பார்ப்பதையும்
உன்னால் தவிர்க்க முடியாது

உன் மேசையாக இருக்க வேண்டும் நான்
நீ என் மீது கவிழ்ந்திருப்பாய்
உன் தாள்கள் அனைத்தையும்
சூடான தேனீர்க் கோப்பையையும்
என் மீது வைப்பாய்

பஸ்ஸில் பயணம் செய்கையில்
அழகான ஆடவன் ஒருவனின்
பார்வைகளாக
இருக்க வேண்டும் நான்
நீ வீடு திரும்புகையில்
கள்ளாமாக அதை நீ பார்ப்பாய்

இரவில் உன் படுக்கை அருகில்
உன் விளக்காக
நீ வாசிக்கும் வெளிச்சமாக
இருக்க வேண்டும் நான்.

-ஹாரிஸ் காலிக்

(ஆங்கில வழி தமிழில் – எம்.ஏ.நுஃமான்)

இந்தப் பிரதியில் வைக்கப்பட்டிருக்கும் கவிதைசொல்லி, தனது காதலியின் அதுவாக இருக்கவேண்டும் இதுவாக இருக்கவேண்டும் என பலவித வேண்'டும்களை' ஆசைப்படுகிறார். காலையில் அவள் எழுந்து கொண்டதில் இருந்து தூங்கச் செல்லும் வரை அவளைப் பின்தொடர்கிறார். அவளின் நாளாந்த செயற்பாடுகளை கவனமாக அவதானித்து விட்டு அவள் பயன்படுத்திக் கொள்ளும் படியான என்னென்ன பண்டமாக இருக்க வேண்டும் என்பதைத் தெரிவு செய்து, அவைகளாக இருக்க வேண்டும் என அறிவிக்கிறார்.

ஒருவர் தன் காதலியிடம் 'ஒண்ட செருப்பாக நான் இருக்கன், தேஞ்சு போனாலும்' எனச் சொல்கிறாரென வைத்துக் கொள்ளுங்கள்.

இப்படிச் சொல்வது காதல் செய்வதும் அல்ல காதலை வெளிப்படுத்துவதும் அல்ல. அது என்னுடன் இணைந்து காதல்செய்தால் உனக்கு செருப்பாக இருந்து உன்னைத் தாங்குவேன் அல்லது உன்னுடைய பாதங்களைப் பாதுகாப்பேன்; அப்படியான பிரயோசனங்கள் உனக்குக் கிடைக்கும் என அவள் தன்னுடன் இணைந்து காதல் செய்ய சம்மதிப்பதற்கு convince பண்ணும் விசயமே ஒழிய அதுவே காதல் நிகழ்த்துதல் அல்ல.

இந்தக் கவிதை சொல்லி தனது ஒவ்வொரு விருப்பத்தையும் தொடர்ந்து ஏன் அப்படி விரும்புகிறார் எனச் சொல்வதைப் பார்க்கும் பொழுது, காதல் செய்ய அவளை convince பண்ணும் விசயமாக அவரின் 'டும்கள்' இல்லை; அது தன்னை அவள் எப்பொழுதும் முதன்மைப்படுத்திக் கவனிக்க வேண்டும் என வற்புறுத்துவதை இலக்காகக் கொண்டுள்ளதை அவதானிக்கலாம்.

இது என்னமாதிரி கொதரத் எண்டு தெரியுதா? ஒன்னோட அப்டி லவ் பண்ணோனும் இப்டி லவ் பண்ணோனும் எண்டா, பல மாரி லவ் பண்ண இந்தப் புள்ள ஆசப்படுறான் எண்டு சொல்லேலும். ஒனக்கு நான் அதுவா இருப்பன் இத கொண்டுவந்து தருவன் எண்டா, லவ் பண்ண அவளையும் 'ஓம்' படச்செய்ய இந்தப் புள்ள மெனக்கெடுறான் எண்டு சொல்லேலும். ஆனா இங்க கத வேற. காதலிக்கிட்ட 'நான் ஒண்ட பஸ் டிக்கட்டா இருக்கோனும், ஏனென்டா நீ என்னைய பாத்தே ஆகோனும் எடுத்தே ஆகோனும்' எண்டா என்ன வாப்பா இது? காதல் செய்யுற விருப்பத்த எங்க வாப்பா வெளியில காட்டுறார்?

ஆக, இது காதலை வெளிப்படுத்தும் கவிதைப்பிரதி அல்ல. காதலியிடம் இருந்து எதிர்பார்க்கும்.. ம்ம்ஹூம்... காதலியிடம் கட்டாயம் நீ என்னை பொருட்படுத்தியே ஆக வேண்டும் எனும் நிர்பந்தத்தை அழுத்தும் பிரதி.

இதுவும் காதல்செய்தலைச் சுற்றி இயல்பானதென நிறுவப்பட்டிருக்கும் ஒரு விசயம் தான். "இருவர் காதல் செய்ய இணக்கமுற்றுவிட்டால் இருவரும் ஒருவரை ஒருவர் எப்பொழுதும் முதன்மையாகப் பொருட்படுத்துவார்கள்". இதன் மறைவில் உள்ள விசயம் என்னவென்றால், தன்னுடன் இணைந்து காதலை நிகழ்த்த ஒருவர் இணங்கிவிட்டால், அவர் தன்னை எப்பொழுதும் பொருட்படுத்தியே ஆக வேண்டும்; எப்பொழுதும் முக்கியப்படுத்தியே ஆக வேண்டும் எனும் வற்புறுத்தல்.

இமாம் அத்னான் ♦ 123

இருவர் இணைந்து காதலை நிகழ்த்துதல் என்பது, இரு தரப் பிலிருந்தும் மேற்கொள்ளப்படும் 'சுதந்திரமான தெரிவினூடாகவே' இடம்பெற முடியும். அதனைச் சுற்றியுள்ள விடயங்களான ஒருவரை ஒருவர் முதன்மைப்படுத்தல், எப்பொழுதும் முக்கியப்படுத்தி பொருட்படுத்துதல் போன்ற ஒவ்வொன்றுமே ஒவ்வொரு தரப்பின் சுதந்திரத் தெரிதலாக அமைவது அடிப்படையான விசயம்.

நாம் பிறரை நம்மைப் போன்ற தன்னிலைகளாகப் ஏற்றுக் கொள்கிறோம் என்பதை வெளிப்படுத்தும் பிரதான அம்சமே பிறரின் தெரிவுச் சுதந்திரத்தை மதித்தலும் அவர்களின் தெரிவுக்கான வாய்ப்புகளை விட்டுவைப்பதும் தான்.

(சுதந்திரம் யாரும் யாருக்கும் வழங்கும் ஒரு விடயமல்ல. அது ஒவ்வொருவரிடமும் இயல்பாக இருக்கும் விடயம். அதனால் தான் தெரிவுக்கான 'வாய்ப்புகளை வழங்குதல்' எனும் சொல்லைத் தவிர்ந்து கொள்கிறேன். ஒவ்வொருவரிடமும் இருக்கும் தெரிவுக்கான வாய்ப்பை இல்லாமல் செய்தல் நிகழுவதால் 'தெரிவுக்கான வாய்ப்பை விட்டுவைத்தல்' எனக் குறிப்பிடுவது பொருத்தமாகத் தோன்றுகிறது)

பிறரை இன்னொரு தன்னிலைகளாக *treat* பண்ண அதிகம் பழக்கப்படாத நம் கலாச்சார சூழலில், தெரிவு செய்தலுக்கான இடத்தை பிறருக்கு எவ்வளவுதூரம் விட்டுவைத்திருக்கிறது, எங்கே தெரிவுகளுக்கான இடம் விட்டுவைக்கப்பட்டிருப்பதைப் போல் பாசாங்கு செய்யப்படுகிறது, எங்கே தெரிவுகளுக்கான இடம் பற்றிய பிரஞ்ஞை அற்று கடந்து செல்கிறது போன்ற விசயங்களை விமர்சன பூர்வமாக அக்கறை கொள்ள வேண்டி இருக்கிறது.

மேலுள்ள பிரதியில் வைக்கப்பட்டிருக்கும் கவிதை சொல்லி ஆசைப்படுவதாக முன்வைக்கும் ஒவ்வொன்றினூடாகவும் அவர் தெளிவாக உணர்த்திவிடுவது: 'நீ கொண்டிருக்கும் தெரிவுச் சுதந்திரத்தினூடாக என்னை எப்பொழுதும் முதன்மைப்படுத்தி அக்கறைகொள்ளாமலும் போகலாம். அந்த வாய்ப்பை உன்னிடம் விட்டுவைக்க நான் விரும்பவில்லை.' என்பதைத்தான். இங்கு அவளும் தன்னைப் போன்ற ஒருவர்தான். அவளுக்கும் தெரிவு செய்வதற்கான அடிப்படை உரிமை உண்டு. என்னைத் தெரிவு செய்யாமல் விடவும் அவளுக்கு இருக்கும் உரிமையை மதிக்கவேண்டும். அதற்கான இடத்தையும் விட்டு வைக்க வேண்டும் எனும் கரிசனை இக்கவிதை சொல்லிக்கு இருப்பதில்லை.

காதல் செய்ய இருதரப்பும் விருப்பை வெளிப்படுத்திய பிறகும், ஏன் திருமணமே ஆன பின்பும் கூட காதல் துணையின் தெரிவுச் சுதந்திரத்தை மதிப்பதும் அதற்கான இடத்தை விட்டுவைப்பதும் பரஸ்பர இணைந்து வாழ்தலின் அடிப்படையான விடயம்.

தனது காதல் துணை, குறித்த விசயத்தை விரும்புகிறாரா இல்லையா என்பது பற்றிய பிரஞ்ஞை அற்று; அவரின் தெரிவு பற்றி அக்கறை கொள்ளாமல் மேற்கொள்ளும் விசயங்கள் தொந்தரவாக அல்லவா அமைந்துவிடும்? தனது காதல் துணை தன்னை போகிற வருகிற இருக்கிற எல்லா இடங்களிலும் பின்தொடர்வதை எல்லோரும் விரும்பவா செய்கிறார்கள்?

காதலை ஏற்றுக் கொண்டதாலேயே எல்லா இடங்களிலும் சூழ்நிலைகளிலும் தனது காதல்துணை தன்னை முக்கியப்படுத்த வேண்டும்; முன்னுரிமைப் படுத்தி அக்கறை கொள்ள வேண்டும் என கட்டாயப்படுத்தும் மனோநிலைகளை என்ன சொல்வது? காதலை ஏற்றுக் கொண்டதாலேயே தனது காதல் துணை கொண்டிருக்கும் தெரிவுச் சுதந்திரம் பற்றியதையெல்லாம் குழி தோண்டிப் புதைத்துவிட வேண்டுமா என்ன?

இதனை இன்னும் விபரிப்பது என்றால், *Marital Rape* இனை முன்வைக்கலாம். இது திருமணமான பிறகு கணவனால் மனைவியின் மீது நிகழ்த்தப்படும் பாலியல் வன்முறை. இது நமது சமூகத்திற்கு நகைப்பூட்டும் விடயம் தான். இது பற்றிய சமூக விழிப்புணர்வுக் கலந்துரையாடல் ஒன்றினை ஒழுங்கு செய்திருந்தேன்.

அங்கு கலந்து கொண்ட ஊடகவியலாளர் சிரித்துக் கொண்டே கேட்டார்: “என்னை என்ட புருசன் ரேப் பன்னிட்டார் எண்டு பொலிசில கம்லைன்ட் பண்ண ஏலுமா? அத ஒரு நியூசா போட்டா வாசிக்கிறவங்க எல்லாம் சிரிக்கத்தானே செய்வாங்க?”

அவர் சொல்வதை எற்றுக் கொண்டால், திருமணம் என்பது தனது துணையை ரேப் பண்ணுவதற்கான லைசன்ஸை வழங்கும் *process* என்பதாகத்தான் திருமணத்தை வாசிப்புச் செய்ய வேண்டியாகிறது. திருமணத்திலோ அல்லது காதல் உறவிலோ, இணைந்து கொண்ட துணைவரின் மீது பாலியல் வன்முறை நிகழ்த்துவது என்பது, தனது துணைக்கு இருக்கும் தெரிவுச் சுதந்திரத்தை பொருட்படுத்தாமல், அவரின் உடன்பாட்டை மீறி அவரின் உடல் மீது நிகழ்த்தும் வன்முறை பற்றியது.

காதல் துணையிடமிருந்து காதலை வெளிப்படுத்தக் கோருவது கூட இங்கு வன்முறையாகவே பயிலப்பட்டு வந்திருக்கிறது. ஆனால் அவைகளெல்லாம் காதலை ஆழமாகச் சொல்லும்; காதலை வலுப்படுத்தும் நல்ல விசயங்களாகவே நமது சமூக கூட்டு நனவிலிக்குள் கட்டமைக்கப்படிருக்கின்றன. இந்தப் பிரதியை வாசித்துப் பாருங்கள்:

கொடுமையாய் இருக்கும் என் காதல்

வரதட்சிணை
எல்லாம் கேட்டு
உன்னைக்
கொடுமைப்படுத்திவிட
மாட்டேன்.
ஆனால்
அதைவிடக்
கொடுமையாய் இருக்கும்
என் காதல்.
-தபூ சங்கர்

இது போன்ற கவிதைகளும் பாடல்களும் தான் பொதுமனப் பரப்பை அதிகம் ஆக்கிரமித்திருப்பதை மனம் கொள்க.

தபூ சங்கரின் இந்தப் பிரதியில் உள்ள கவிதைசொல்லி, நான் உன்னிடம் காதலைக் கேட்டுக் கொடுமைப் படுத்துவேன் என்கிறார்.. பெண்ணின் விருப்பமின்றியோ அல்லது அவரால் கொடுக்க முடியுமான அளவை மீறிய தொகையைக் கேட்கின்ற பொழுதுதான் வரதட்சனை கொடுமையாகிறது. அப்படியானால் இக்கவிதை சொல்லி தனது காதலியிடம் அவளின் சக்திக்கு மீறிய காதலைக் கேட்டு வற்புறுத்துவேன் என்கிறார்; அதனை அவள் விரும்பாவிட்டாலும் கூட.

இது போன்ற பிரதிகளை எழுதவும் 'இயல்பென நிறுவப்பட்ட ஒரு விசயம் இருக்கு. அது: உண்மையாகக் காதலிப்பவர்கள் காதலை எவ்வளவு தூரத்திற்குச் சென்றும் காதலிப்பவர் விரும்பும் விதமாக வெளிப்படுத்துவர் அல்லது காதலிப்பவரை திருப்திப்படுத்துவர். இதன் மறைவில் இதற்கான 'வேண்டும்' அழுத்தம் கொடுக்கும்.

கவிதைசொல்லி அவளிடம் காதலைத் தானே கேட்டு வற்புறுத்துகிறார் என இது போன்ற பல பிரதிகளை ஏற்றுக் கடந்து

சென்றிருப்போம். சிறிது நாட்களுக்கு முன் காதலியிடம் தனது பெயரை பச்சை குத்துமாறு காதலன் வற்புறுத்தித் தொந்தரவு செய்ய, காவல் நிலையத்தில் புகாரளிக்கப்பட்ட செய்தியை நீங்கள் அறிந்திருக்கக் கூடும். காதலியிடம் காதலை வெளிப்படுத்தக் கோரி வற்புறுத்துவதும் வன்முறைதான்.

காதல் செய்தலைச் சுற்றி இயல்பென நிறுவப்பட்ட இன்னும் ஒரு விசயமும் உண்டு. அது: 'காதலில் கிடைக்கும் வலி காதலை மேலும் வலுப்படுத்தும்'. இதனை அவதானிக்க கிடைத்த அந்தப் பிரதியையும் வாசித்துப் பாருங்கள். .

உன்னைத் தொல்லை செய்யாத
என் கவிதைகளை வெறுக்கிறேன்.
செம்மஞ்சள் அந்திகள் எரியும் தொலைவில்
உன்னை அண்ட முடியாத
என் சிறகுகளை முறிக்கிறேன்.
முறிந்து கிடக்கின்ற சிறகுகளில்
ஒரு பறவையின் வானம்
மண் மூடிக் கிடக்கிறது.

-Rafiyoosz மொஹமெட்

இப்பிரதியில் வைக்கப்பட்டிருக்கும் கவிதைசொல்லியிடம் அவரால் எழுதப்பட்ட கவிதைகள் இருப்பதை அறியத் தருகிறார். இந்த தகவலிலிருந்து இரு சந்தேகத்தை திருகிப் பார்க்க முடியும். அது: அக்கவிதைகள் தனது காதல் துணையை தொந்தரவு செய்யும் நோக்கில் எழுதப்பட்டவைகளா அல்லது வேறு விசயங்களை உள்வாங்கி எழுதப்பட்டவைகளா எனும் சந்தேகங்கள் தான்.

காதல் துணையை தொந்தரவு செய்யும் நோக்கில் எழுதப் பட்டவைகள் எனக் கொண்டால், தொந்தரவு செய்யுமளவு எழுதத் தெரியாத தன்னைத் தானே இந்தக் கவிதைசொல்லி வெறுக்க வேண்டும்.. இல்லையா? கவிதைகளை வெறுக்கிறேன் எனச் சொல்வது சரியா? (இந்த விசயம் கவிதைசொல்லிக்கு பொறி தட்டியிருந்திருந்தால், "உன்னைத் தொந்தரவு செய்யாத கவிதைகள் வரைந்த என் விரலை வெட்டி வீசுகிறேன்" எனச் சொல்லி இருப்பார். (யேசப்பா! என்ன கொதறத்து இது..)

காதல் துணையை தொந்தரவு செய்வதற்காக அல்லாமல் வேறு விடயங்களை உள்வாங்கி எழுதப்பட்ட கவிதைகளைப் பார்த்து தான் அப்படிச் சொன்னதாக வைத்துக் கொண்டால், கவிதைசொல்லியிடம் தக்க வைத்தியரை அணுகவும் எனச் சொல்லிவிடலாம்.

இங்கு கவிதைசொல்லி தனது காதல் துணையை தொந்தரவு செய்தல் என்பதை முக்கிய விசயமாகக் கருதுகிறார். இவர் சொல்ல வரும் தொந்தரவினை காதல்துணை விரும்பி ஏற்றிருக்கிறாரா இல்லையா என்பதை அறிய வாய்ப்பில்லை.

அக்கவிதை சொல்லி அடுத்து என்ன சொல்கிறார்? தனது காதல் துணை தொலைவில் இருக்கின்ற சமயம் அங்கு பறந்து செல்ல முடியாத தனது சிறகை உடைக்கிறாராம். உடைத்துவிட்டு அவரே சொல்கிறார் 'இதனால் இனிப் பறக்க முடியாதே! அதன் வானம் புதைந்து கிடக்கிறதே ! எனக் கவலை கொள்வதை வெளிப்படுத்துகிறார்.

காதல் துணையைச் சென்றடையாத சிறகு எனக்கெதற்கு என உடைத்தால் அதனை நினைத்து திருப்தியும் பெருமிதமும் தானே கொள்ள வேண்டும். பின் எதற்காக உடைத்த சிறகைப் பார்த்து கவலை கொண்டு வலியை வெளிப்படுத்த வேண்டும்?

வேறெதற்கு, தனது காதல் துணைக்காக எத்தகைய வலியை எல்லாம் தாங்கிக் கொள்வதாய் பம்மாத்துக் காட்டத்தான்.

இங்கே அடிக்கடி சொல்லிக் கொள்கிறார்கள்: காதலித்துப் பார் உன்னிடம் கவிதை பிறக்கும் என்று. "நாங்க என்ன சொல்றம் எண்டா: கொஞ்சம் பாத்து யோசிச்சு பிறக்கச் செய்யுங்கோவன்."

24

கோமாளித்தனம் என்பது மற்றமைகள் மீதான வன்முறை

சியாம் செல்வதுரையின் *funny boy* நாவலில் ஒரு சம்பவம் நிகழ்கிறது. அதில் வரும் கதை சொல்லியான சிறுவன், பாட்டியின் வீட்டில் ஏனைய சிறுமிகளுடன் இணைந்து 'Bride Bride' விளையாடுகிறான். அது திருமணப்பெண்ணை அலங்கரித்து ஏனைய ஏற்பாடுகளுடன் திருமண நிகழ்த்துகையை செய்து பார்க்கும் விளையாட்டு. அத்தகைய Bride Bride இனை அந்த சிறுவனே தன் புனைவாற்றல்களைக் கொண்டு உருவாக்கியதால், அவ்விளையாட்டின் பிரதான பாத்திரமான மணப்பெண்ணாக அச்சிறுவனே நடிபங்காற்றுகிறான் (role play). திடீரென்று லண்டனிலிருந்து வந்த அவனது அத்தையின் மகளும் அவர்களின் Bride Bride இல் கலந்து கொண்டு அச்சிறுவனின் நடிபங்கை கேள்விக்குட்படுத்துகிறாள். அவன் ஒரு ஆண். அவன் எப்படி ஒரு மணப்பெண்ணாக அலங்கரிக்கப்படவும் நடிக்கவும் முடியுமெனக் கேட்க, மற்றைய சிறுமிகள் அவனுக்குச் சார்பாகப் பரிந்து பேசி அவளை நிராகரித்து விடுகின்றனர். அவளோ அழுதபடி ஓடிச்சென்று தன் அம்மவிடம் முறையிட்டு அழைத்து வருகிறாள். வந்த அத்தை புடவையில் மணப்பெண்ணாக அலங்கரித்துக் கொண்டிருந்த சிறுவனின் கையைப் பிடித்து இழுத்துக் கொண்டு உறவினர்கள் அமர்ந்திருக்கும் கூடத்திற்கு வந்ததும், பாருங்கள் இந்த வினோத கோலத்தினை என சிரித்து மற்றவர்களின் கவனத்தையும் சிறுவனின் மீது திருப்புகிறாள். அவனைப் பார்த்த ஏனைய உறவினர்களும் நகைத்துச் சிரிக்கின்றனர்.

ஒரு சிறுவன் புடவையணிந்து மணப்பெண்ணாக அலங்கரித்துக் கொண்டிருக்கும் தோற்றம் அவர்களிடம் நகைச்சுவையை உண்டு பண்ணுகிறது. டீவி சேனல்களில் ஒலிபரப்பாகும் நடன போட்டிகளில் தோன்றும் ஆண்கள், பெண்களுக்கென்று நம் சமூகம்

கட்டமைத்திருக்கும் உடைகளை அணிந்து நடனம் புரிவது எம்மைச் சிரிப்பூட்டுகிறது. திரைப்பட கதாநாயகர்கள் தொடக்கம் நகைச்சுவ நடிகர்கள் வரை எல்லோருமே நகைசுவைக் காட்சிகளுக்காக பெண்களின் உடையில் நடிபங்காற்றிய காட்சிகளை நினைத்துக் கொள்கிறேன்.

பெண்ணிற்கென நம் கலாச்சாரம் பிரத்தியேகமாக்கியிருக்கும் ஆடை அலங்காரங்களில் ஒரு ஆண் தோன்றுவது ஏன் நகைச் சுவையாகப் பார்க்கப்படுகிறது என்பதான விசாரிப்பு அதன் இயங்குதளத்தின் முகத்தினைக் காட்டிக் கொடுக்கிறது. நம் புத்தியில் கலாச்சாரம் கட்டமைத்து வைத்திருக்கும் உடையணிதல் குறித்த அமைப்பு (structure) ஆழ வேறூண்றியிருக்கிறது. இது ஆணின் உடையணிதல் அமைப்பு. அது பெண்ணின் உடையணிதல் அமைப்பு என பிரத்தியேகமான வரையறுப்புகள் எங்களுக்குள் இருக்கின்றன. எவராவது அந்த அமைப்பிலிருந்து வித்தியாசமாக உடையணிந்து காட்சியளிக்கும் பொழுது, என்னது இது.. கடும் வேடிக்கையா இருக்கு என எமக்குத் தோன்றுகிறது. இது எம்மில் நகைச்சுவையையோ அல்லது அருவருப்பையோ ஏற்படுத்துகிறது. இது எம்மை விட்டும் வித்தியாசமாக இருக்கும் ஒருவரை இயல்பாக(normal) புரிந்து கொள்ளவோ ஏற்றுக் கொள்ளவோ தயாரில்லாத, அவர்களது வித்தியாசங்களின் இருப்பை எள்ளி நகையாடும் நிலைப்பாட்டினையே சுட்டுகிறது.

இதனைப் பரீட்சித்துப் பார்க்க, பெண்ணிற்கென வரையறுக் கப்பட்டிருக்கும் ஆடைகளை ஒரு ஆண் அணிய வேண்டும் என்பது கிடையாது. வேடுவர்களின் அல்லது ஆதிவாசிகளின் உடையில் நம்மில் யாராவது தோன்றினால் போதுமே. நம் நண்பர்கள் புதிய ஃபெசனாக அங்குமிங்கும் வெட்டுப்பட்ட அல்லது வேறுவகையான உடைகளை அணிந்து வரும் பொழுது அவர்களை எள்ளி நகையாடும் உணர்வு ஏற்படுகிறதல்லவா?

நகைச்சுவை நிகழ்ச்சிகளில் பங்குபற்றும் பெண்கள், தங்கள் கணவன்மார்களை துணிதுவைக்கச் செய்வதாகவும் வீடுவாசல் கழுவி சமைக்க விடுவதாகவும், ஆண்களோ தங்கள் மனைவியின் கைகால்களால் அடிவாங்குவதாகவும் டயலொக் டெலிவரி செய்து கைதட்டல்களை வாங்கி சிரிக்க வைப்பதை அவதானிதிருக்கலாம். இங்கும் இயங்குதளம் அந்த அமைப்பு மீறுதலின் மீதான வேடிக்கையும் நகைப்பும்தான். சமைப்பது, வீடு வாசல்

பெருக்குவது, துணி துவைப்பது இவைகள் மனைவிமார்களுக்கென பிரத்தியேகமாக்கப்பட்ட சமூக கட்டமைப்புகள். இப்படியான சமூகக் கட்டமைப்புகள் தான் இயல்பானது, எதார்த்தமானது, இயற்கை நிகழ்வென ஏற்றுக்கொண்ட மனோநிலையில் இருப்பவர்களால்தான் அப்படியான டயலொக் டெலிவரிக்கு விழுந்து விழுந்து சிரிக்க முடிகிறது.

பொதுவில் மனிதர்கள் இப்படித்தான் நடப்பார்கள் என்ற அமைப்பு எங்களிடம் இருக்கிறது. அந்த அமைப்பிலிருந்து வேறுபட்டு யாராவது நடந்து காட்டினால் நீங்கள் சிரிப்பீர்கள் என்ற விசயத்தைப் புரிந்து கொண்டதால்தானோ என்னவோ சார்லி சப்ளின் அவர் நடித்த திரைக்காட்சிகளில் அப்படி ஒரு வாத்து நடை நடந்திருக்கிறார். அப்படியிருந்திருப்பின் அவர் உங்களை சிரிப்பூட்டுவதற்கு அப்பால், உங்களிடம் புரையோடிப்போயிருக்கும், வித்தியாசங்களைக் கண்டு நகைக்கும் வன்முறைப் பண்பைக் கிண்டலடித்திருக்கிறார் எனவும் கொள்ள முடியும்.

திரைப்படங்களில் வைக்கப்படும் சண்டைக் காட்சிகளில், கதாநாயகன் அபாரமாக சண்டை போட்டுக் கொண்டிருக்கும் சமயம், அக்காட்சியில் பங்கேற்கும் நகைச்சுவை நடிகர்கள் நகைச்சுவைக்காக வினோதமாய் அலம்பல் தலம்பலாக சண்டை போடுவதைப் பார்த்திருப்பீர்கள். சண்டையின் போதான அவர்களின் சைகைகள் உங்களை சிரிக்க வைப்பதன் சூட்சுமம்: அமைப்பு மீறலை நகைப்புக்கிடமான ஒன்றாக கற்பிதம் செய்து வைத்திருக்கும் நம் மனோ நிலைதான். சண்டைக்கான அடித்தல் தடுத்தல் விலகல் அசைவுகள் (fighting sequence) இப்படித்தான் இருக்கவேண்டுமென்ற ஒரு பொதுப்புரிதல் நம்மிடம் உறைந்திருக்கிறது. அதனை மீறி யாராவது அசைவுகளை செய்து காட்ட அது நகைப்புக்குரியதாய் மாறிவிடுகிறது.

அப்படித்தான் நகைச்சுவை நடிகர்கள் பேசும் பொழுது, அழும் பொழுது, சிரிக்கும் பொழுது ஒரு வித்தியாசமான வழிமுறையை கையாள்கிறார்கள். அது இயல்பான விசயமில்லையே.. அப்படி வித்தியாசமாக இருக்க முடியாதே.. என நம்பிக்கொண்டிருக்கும் நாம் விழுந்து விழுந்து சிரிக்கிறோம்.

இப்பொழுது கோமாளித்தனம் என்ற சொற்பிரயோகத்தின் உட்தள இயங்குதலின் முகத்தை தெளிவாக அவதானிக்க முடியும்.

இப்படியா யாரும் "நடந்து கொள்வது.. கோமாளி மாதிரி.". எனச் சொல்வதன் தொணியே காட்டிக் கொடுத்துவிடுகிறது. நம்மை விட்டும் அல்லது நமது கற்பிதத்தினை விட்டும் வித்தியாசமாக இருப்பவர்களை நாம் எப்படி அணுகுகிறோம் என்பதை.

இப்படியெல்லாம் சிந்தித்துக் கொண்டிருக்க, பாடசாலைக் காலத்தில், நான் நகைச்சுவை நாடகமொன்றிற்காக நீள்கைச்சட்டை அணிந்து அத்தனை பொத்தான்களையும் பூட்டி, சட்டைக்கு மேலால் சாரத்தை(Lungi) இடுப்பில் கட்டி, ஒரு காலில் சப்பாத்தும் மறுகாலில் செருப்பும், சிறுவர்களின் விளையாட்டுக் கண்ணாடியை முகத்திலும் மாட்டிக்கொண்டு மேடையேறியது நினைவில் தளம்பி மேலாடுகிறது.

25

அறிதல் செயன்முறை கொண்டிருக்கும் சிக்கலை அணுகுதல்

ஊர் நெருங்கும் போது
பார்வையில் பட்டால்
மகிழ்சியை வழங்கும்
ஊரைப் பிரிகையில்
வருத்தம் பகிரும்
மைல்க் கற்களால்
வேறென்ன செய்ய முடியும்
நின்று கொண்டேயிருப்பதைத்
தவிர

-கலாப்ரியா

மைல்க் கற்கள் நின்று கொண்டிருப்பதைத் தவிர வேறெதுவும் செய்ய முடியாத ஒன்று எனக் குறிப்பிடுகிறார் அப்பிரதியில் வைக்கப்பட்டிருக்கும் கவிதை சொல்லி. ஆனால் அவரே குறிப்பிடுகிறார்: ஊர் நெருங்கும் போது மகிழ்ச்சியை வழங்குகிறது. பிரியும் போது வருத்தம் பகிர்கிறது என மேலும் இரு வேலைகளை அம்மைல் கற்கள் செய்வதாக. ஆக, இப்பிரதியில் வைக்கப்பட்டுள்ள மைல் கற்கள் மூன்றுவித வேலைகளைச் செய்கின்றன.

மைல் கற்களின் மூன்று வித செயல்பாடுகளையும் அவதானிக்கும் கவிதை சொல்லி 'நின்று கொண்டே இருப்பதைத்தான்' அதன் செயல்பாடாக தெரிவு செய்கிறார். மற்ற இரண்டையும் 'செயற்படுதல் அற்ற' விசயமாக்குகிறார். இந்தப் புள்ளியிலிருந்து நமது சமூக வெளிக்கு வந்தால், அங்கும் இது போன்ற விசயங்களை அவதானிக்கலாம்.

சிந்திப்பதை நமது சமூகம் பொதுவாக ஒரு செயல்பாடாகப் பார்ப்பதில்லை. 'சும்மா யோசிச்சுக்கு இருக்காம, ஏதாச்சும் செய்' என்பார்கள். அங்கு அவன் யோசிக்கின்ற வேலையைச் செய்கிறான் என்பதை கணக்கில் கொள்வதில்லை.

இது போன்ற வரையறை செய்தலுக்குக் காரணம், 'செயல்பாடு' என்றால் என்ன வென அவர்கள் கொண்டிருக்கும் நிலைப்பாட்டின் வழியே மற்றமைகளை அணுகுவதுதான்.

இது பொதுவான 'அறிதல் செயன்முறையின்' சிக்கலும் கூட. நாம் புதியதொன்றைப் பார்க்கிறோம் என வைத்துக்கொள்ளுகள். அதனை நமக்குப் பரீட்சயமான சட்டகத்திற்குள் வைத்துதான் புரிந்து கொள்ள முனைவோம். உதாரணத்திற்கு: வெளிநாட்டுப் பயணத்தின் போது எதேர்ச்சையாக உங்களுக்கு இதுவரை சுவைத்திராத புதிய பழம் ஒன்றைச் சாப்பிட சந்தர்ப்பம் கிடைத்தது என வைத்துக் கொள்ளுங்கள். நாடு திரும்பியபின் அப்பழத்தை உங்களின் நண்பரிடம் எப்படி விளங்கப்படுத்துவீர்கள்?

'அது பாக்க பப்பாளிப் பழமாட்டம் இருந்திச்சி. ஆனா அதுர தோல் விளாட் மாங்காய் மாதிரி லைட்டான பச்சையும் சிவப்பும் கலந்த கலர். தடித்த தோல். பப்பாசிப் பழத்தை வெட்டுற மாரித்தான் அதயும் வெட்டோனும். வெட்டினா உள்ளே மங்குஸ்தான் மாதிரி சொளசொளயா இருக்கும். அது இனிப்பும் புளிப்பும் கலந்த டேஸ்ட் தான்; நல்லா பழுக்காத ரம்புட்டான் மாரி. அதன் கொட்டையையும் தின்னுவாங்களாம். நானும் திண்டு பாத்தன். கொட்டை கடும் கசப்பு'

நாம் மற்றொன்றை நமக்குப் பழக்கப்பட்ட விசயங்களை வைத்துத்தான்; அதன் ஒழுங்குக்குள் வைத்துத்தான் புரிந்து கொள்கிறோம். ஓவ்.. ஓவ்... ஒரு நிமசம்..! 'புரிந்து கொள்கிறோம்' என்றா சொன்னேன்? இந்தப் 'புரிதல்' எப்படிப்பட்டது? நாம் இந்தப் புரிதல் செயன்முறையில் என்ன செய்கிறோம் தெரியுமா? நமக்கு பழக்கப்பட்டவைகளைக் கொண்டு; நம்மிடம் இருக்கும் சட்டகத்திற்குள் வைத்து இன்னொன்றை Recognize தான் செய்கிறோம்.

(Recognition இனை 'இனம் கண்டுகொள்ளல்' எனச் சொல்லலாமா? இதற்குப் பொருத்தமான இன்னொரு சொல் உண்டு. எங்கள் ஊரில், தெரியாத யாரையும் எதிர்கொண்டால் அவர் யாரென்று விசாரித்துக் கொண்டு வந்து, யாரென்று தெரிய வந்ததும் சொல்லுவார்கள்: "உங்கள யாரெண்டு மதிச்சிடன்" என்று. இந்த 'மதித்தல்' என்பது, அவரை என்ன பெயர் கொண்டு அழைக்கிறார்கள்? அந்தப் பெயர் அவருக்குப் பிடித்துள்ளதா? அவர் என்ன செய்கிறார்? அவரின் வயது என்ன? அவரின் சிந்தனைப் போக்கு என்ன? மத நிலைப்பாடு பற்றிய அவரின் கருத்து என்ன? அவர் தன்னை என்னவாக

வெளிப்படுத்த விரும்புகிறார்? என்றெல்லாம் தெரிந்து கொள்ளும் செயற்பாடு அல்ல. அது வெறுமனே தனக்குத் தெரிந்தவர்கள் ஊடாக, அவர் தனக்குத் தெரிந்த யாருடைய மகன்/ யாருடைய சகோதரன் / யாருடைய மருமகன் / யாருடைய மகளைக் கல்யாணம் கட்டியியிருக்கிறார்? என இனம் காணும் செயல்பாடு.

இப்படியான செயலைத்தான் நமது அறிதல் செயன்முறை மேற்கொள்கிறது.

மற்றமைகளை அணுகும் பொழுது நமது புரிதல் செயன் முறை, மற்றமைகளின் தரப்பிலிருந்து அவைகளை உணர்ந்து அறிந்துகொள்ளுதலுக்குப் பதிலாக, நமது தரப்பிலிருந்து மற்றமைகளை recognize பண்ணும் வேலையைத்தான் செய்கிறது. அதாவது, புதிதாக அறிந்துகொள்ளும் செயன்முறைக்குப் பதிலாக ஏற்கனவே இருக்கும் பழைய அறிதலுக்குள் புதியதொன்றை கத்தரித்து அடைத்துவைக்கும் செயன்முறைதான் நிகழ்கிறது.

அதனால் தான் நாம் பழக்கப்படுத்தி வைத்திருக்கும் விசயங்கள், நிலைப்பாடுகள், முடிவுகள் என்பன மற்றமைகளை அணுகும் பொழுது மதிப்பீடு செய்யும் போக்காக அமைவதை அக்கறை கொள்ள முடியாமல் போய்விடுகிறது.

இந்தப் பிரதியையும் வாசித்துப் பாருங்கள்:

யார் சொன்னது
பூக்களை நிர்வாணமானதென்று
வண்டுகள் வந்து செல்லும் போது
வாசலில் விரிகிறது இதழ்.

-அய்யப்பன் (தமிழில் என்.டி. ராஜ்குமார்)

இப்பிரதியில் வைக்கப்பட்டிருக்கும் கவிதை சொல்லி, ஆடையும் நிர்வாணமும் பற்றி அறிந்திருப்பவர். ஒருவர் அணிந்திருக்கும் ஆடையை அகற்றிவிட்டால் நிர்வாணமாகிறார். ஆடையானது நிர்வாணத்தை மறைக்கிறது என்பது அவரின் நிலைப்பாடு. அவர் வாழும் சூழலில் உள்ள மற்றையவர்களும் இந்த நிலைப்பாடு உள்ளவர்கள் தான்.

கவிதைசொல்லியின் சூழலில் உள்ளவர்கள் பூக்களைப் பார்க்கிறார்கள். அவைகள் நம்மைப் போன்று உடைகள் இல்லாமல் இருப்பதை அவதானிக்கிறார்கள். எனவே அவைகள் நிர்வாணமானவைகள் எனப் புரிந்து கொள்கிறார்கள். இப்பொழுது

புரிகிறதா நாம் சொல்லும் recognition செய்தல் எப்படி புரிதல் செயன்முறையாக இயங்குகிறதென?

இங்கு கவிதை சொல்லியும் பூக்களைப் பார்க்கிறார். வண்டுகள் தன்னிடம் வரும் பொழுது பூக்கள் தன் இதழ்களை விரித்து வண்டை உள்வாங்கிக் கொள்வதை அவதானிக்கிறார். அவருக்கு ஏற்கனவே தெரிந்திருக்கும் விசயமான 'ஒரு காதலனும் காதலியும் கூடும் பொழுது ஆடைவிலக்கி புணருவார்கள்' எனும் சம்பவத்தைக் கொண்டு பூக்கள் வண்டை உள்வாங்க இதழ் விரிக்கும் செயல்பாட்டை recognize பண்ணிக் கொள்கிறார். பூக்களின் இதழ்களை ஆடையாகப் பார்க்கிறார். என்னுடைய சூழலில் உள்ளவர்கள் சொல்வதைப் போல் இது நிர்வாணமாக இல்லையே.. அதற்கும் ஆடைகள் இருப்பதை நான் பார்த்துவிட்டேனே என பிரதிக்குள் ஆச்சரியப்படுகிறார்.

நாம் மேற்கொள்ளும் புரிதல் செயன்முறையின் சிக்கல் இது தான். அது மற்றமைகளை அதன் தன்மையில்; அதன் இயங்குதலில் வைத்து இன்னொன்றாக மற்றமைகள் இருப்பதை உணர்ந்து உள் வாங்கிக் கொள்வதை விடுத்து, மற்றமைகளை நமது ஒழுங்கிற்குள் கொண்டுவந்து இயங்க வைத்துவிடுகிறோம்.

மேலுள்ள பிரதியில் வைக்கப்பட்டிருக்கும் கவிதை சொல்லியும் அவரது சூழலில் உள்ளவர்களும் பூக்களைப் புரிந்து கொள்ள ஒரே வழிமுறையைத்தான் பயன்படுத்துகிறார்கள். அதனூடா பூக்களுக்கு ஆடையில்லை என அவர்கள் சொல்கிறார்கள். ஆடைகள் உண்டு என இவர் சொல்கிறார்.

நாம் என்ன சொல்கிறோம் என்றால்: பூக்களை பூக்களாக இருக்க விடுங்கள் என்பதைத்தான். மற்றமைகளை அதன் தன்மையில் வித்தியாசத்துடன் இருக்கவிடுங்கள். திறந்த மனதுடன் மற்றமைகளும் பேச இடத்தை விட்டுவையுங்கள். உங்களின் அறிதல், புரிதல் என்ன செய்கிறது என்பதை அக்கறை கொள்ளுங்கள்.

26

உவமை, உருவகங்களைத் தொந்தரவு செய்தல்

பிரபஞ்சத்தில் உள்ள ஒவ்வொரு உயிரிகளும், உயிரிலிகளும் வெவ்வேறாகவே இருக்கின்றன. அவைகளின் இயங்குதல்களும் வெவ்வேறாகவே அமைந்துள்ளன. அனைத்தும் வேறு வேறாகவே அசைகின்றன. அதனால் தான் ஒவ்வொன்றும் இன்னொன்றாக இருக்கின்றன.

ஒரே ஒன்றின் அசைவுகள் கூட வேறு வேறாகவே இருக்கின்றன. ஒரு முயலின் ஒரு அசைவு அதன் இன்னொரு அசைவிலிருந்து வேறுபடுகிறது. அந்த ஒரு முயலின் அசைவுகள் கூட நுண்ணளவிலேனும் தொடர்ச்சியாக மாற்றமுற்றுக் கொண்டே இருக்கின்றன.

ஒரு மாமரத்தின் இலையானது அதே மாமரத்தின் மற்றொரு இலை போல் இருப்பதில்லை. அதன் வடிவம், நிறம், நீள அகலம், அதன் நரம்பமைப்புகள், ஏனைய உள்ளக உயிரியல் தொழிற்பாட்டு விகிதாசார வித்தியாசங்கள் என பல வகைகளிலும் வேறுபட்டு, ஒவ்வொரு இலையும் இன்னொரு இலையாகவே இருக்கின்றன; இயங்குகின்றன.

மனித அறிவு எப்படிப் பழக்கப்பட்டிருக்கிறது என்றால், அது ஒன்றை இன்னொன்றில் வைத்துத்தான் புரிந்துகொள்கிறது. பழக்கப்பட்ட ஒரு விசயத்தைக் கொண்டு மற்றொன்றை விபரித்து புரிதலுக்குள் அகப்படுத்திக் கொள்கிறது. இங்கே புரிதல் என்ன செய்கிறது என்றால், ஒன்றைக் கொண்டுவந்து பரீட்சயமான இன்னொன்றுடன் வைத்தோ அல்லது பரீட்சயமானவைகளுக்கு மத்தியில் வைத்தோ recognize பண்ணிக் கொள்கிறது. அங்கு புதிதாக எதுவும் கற்றுக்கொள்ளல் நிகழ்வதைவிட இனம்கண்டுகொள்ளல் தான் நிகழ்த்தப்படுகிறது. இந்த இனம்கண்டுகொள்ளல் செயற்பாடானது, ஒன்றை அதன் இயல்புடன் அதுவாக உள்வாங்கப்பட விடுவதில்லை.

நீண்ட நாட்களுக்குப் பிறகு எனது தாய், உடன்பிறப்புகள் வசிக்கும் ஊருக்கு அண்மையில் சென்றிருந்தேன் (பொறந்த சொந்த ஊருக்கு போனதத்தான் இப்டிச் சொல்றன். யாதும் ஊரே என அலஞ்சி திரிபவனை 'சொந்த ஊர்' கொன்சப்ட்டிற்குள் குந்த வைக்க முடியாது தானே..). ஊர் சென்றடைந்த அந்த நாள் இரவு, தங்கையுடன் தம்பியின் குடும்பத்தைப் பார்க்க நடைப் பயணம். வழியில் ஒரு விளாமரம். மரத்தில் இருள் கவிழ்ந்திருந்தாலும் நிலா வெளிச்சத்தில் மரத்தின் உருவம் துலங்குகிறது. நிலவிலிருந்து மரத்தில் கசிந்திருக்கும் ஒளியுடன் பாதையில் இருந்த மின்விளக்கின் மங்கலான வெளிச்சமும் சேர, மரத்தில் காய்த்திருந்த விளாம்காய்கள் ஒவ்வொன்றும் தனித்தனியாகத் தெரிகிறது. அதனைப் பார்த்ததும் தங்கை சொன்னாள்:

'அங்க பாரு, மரத்தில விளாங்காயெல்லாம் பூ மாரிப் பூத்திருக்கு'

'எந்தப் பூ மாரிப் பூத்திருக்கு?' இது நான்

வழமை போன்று என் முதுகில் ஒரு அடியுடன் 'ஒரு உவமையைச் சொன்னா அனுபவிக்கனும் ஆராயப் பொடா' என்றாள்.

இந்த சம்பவத்திலிருந்து மறுபடியும் அறிதல் முறைக்கே வருகிறேன். மரத்திலிருக்கும் விளாம்காய்கள் ஒவ்வொன்றும் விளாம்காய்களாகவே காய்த்துத் தொங்குகிறது. அவைகளைப் பார்த்து, பூக்களை போல் பூத்திருக்கிறது எனச் சொல்வது பொருத்தமா?

அந்த உவமையை முன்வைக்கும் விசயத்தினுள் ஒரு process நிகழ்த்தப்பட்டிருக்கும். அதுதான் அறிதல் முறையின் அடிப்படையாக நெடுகிலும் நிகழ்த்தப்பட்டு வருகிறது.

அங்கு தொகுத்தறிதல் (inductive), உய்த்தறிதல் (deductive) எனும் இரு செயற்பாடுகள் நிகழ்த்தப்படுவதைத் தான் சொல்கிறேன். அதெப்படி?

தொகுத்தறிதலில், வித்தியாசங்கள் கொண்ட பலவகைப் பூக்களும் தொகுக்கப்பட்டு அவைகளுக்கு இடையில் ஒத்த பண்புகள் என அவதானிக்கப்படும் புள்ளிகள் இணைக்கப்பட்டு கோடுகள் வரையப்படுகின்றன. வித்தியாசங்கள் கொண்ட மொத்தப் பூக்களின் மீதும், வரையப்பட்ட அப்பண்புகள் சாராம்சப்படுத்தப்படுகின்றன.

அந்த சாராம்சப்படுத்தல்கள், வித்தியாசங்கள் கொண்ட ஒவ்வொரு பூக்களுக்குமான *Facts* (உண்மைகள்) களாக்கப்படுகின்றன.

பௌதீகவியல், சமூகவியல், உளவியல், மானுடவியல், பொருளியல் என ஒவ்வொரு துறைகளுக்குள்ளும் இப்படித் தொகுத்து சாராம்சப்படுத்திக் கொண்ட விஷயங்கள்தான் அறிவியல்களாக வைக்கப்பட்டிருக்கின்றன. மொழியும் மனிதமனங்களும் தனது கூட்டு நனவிலிக்குள் இத்தகைய சாராம்சப்படுத்தல்களையே வைத்திருக்கிறது.

உய்த்தறிதலில் என்ன நிகழ்கிறது என்றால், தொகுத்தறிதலில் சாராம்சப்படுத்திப் பெற்றுக்கொண்ட *Fact* களை அடிப்டையாக வைத்து இன்னொன்றைப் புரிதலுக்குள் அகப்படுத்துகிறது. பூக்களின் பூத்திருத்தலை வைத்து விளாம்காய்கள் காய்த்துத் தொங்குவதை புரிதலுக்குள் அகப்படுத்துதல் நிகழ்த்தப்படுகிறது.

ஆனால் நமக்குத் தெரியும், விளாம்காய்கள் பூக்களாகவும் இல்லை. பூக்கள் போல் பூப்பதும் இல்லை. பூக்கள் பலவகை. அதன் பூத்தல்களும் பலவகை. ஒரே பூமரத்தின் ஒவ்வொரு பூவும் வேறு வேறு, அதன் பூத்தல்களும் வேறு வேறு. அப்படி வேறுபடுவதனாலேயே ஒவ்வொரு பூவும் இன்னொரு பூவாக இருக்கிறது. அடுத்த பக்கம் பார்த்தால் ஒரே மரத்தின் ஒவ்வொரு விளாம்காய்களுமே வேறு வேறு.

ஆக, நாம் பயன்படுத்தும் உவமை, உருவகங்கள் ஒரு பொருளை, அதன் இயல்பில் வைத்து அவைகளின் வித்தியாசங்களின் வழி உள்வாங்கப் படுவதற்கான இடத்தை மறுக்கிறது. இன்னொரு வகைமையின் சாராம்சப் பண்பை, வேறாக இருக்கும் இன்னொன்றின் மீது திணிக்கிறது.

எத்தனையோ வேறுபாடுகளைக் கொண்ட பூக்களுக்குள் தென்படும் சில புள்ளிகளை இணைத்து கோடுகளை வரைந்து சாராம்சப்படுத்துவதே விபரீதமான விடயம். இணைக்கப்படாத அல்லது இணைக்க முடியாத புள்ளிகள் அவைகளுக்கு மத்தியில் ஏராளமுண்டு. அப்படி இணைத்துக் கொண்ட கோடுகளை வைத்து முற்றிலும் வேறொன்றாக இருக்கும் இன்னொன்றில் பொருத்தி, புரிதலுக்குள் அகப்படுத்துவது இன்னும் விபரீதமானது. அதன் வேறொன்றாக இருக்கும் இருப்பை மறுக்கும் செயல்.

//அவளின் பிடியிலிருந்து
விடுபட்டு
நிலத்தில் விழும் முயல்
பந்தாக்கத் துள்ளி
புதருக்குள் மறைந்தது//

முயல் பந்து போல் துள்ளுகிறதா? எந்தப் பந்து போல் துள்ளுகிறது? ஒரு பந்துக்கே பல துள்ளல்கள் இருக்கும். ஒரு பந்தின் எந்தத் துள்ளல் அது? ஒரு முயலின் துள்ளல் அந்த ஒரு முயலின் துள்ளல் தான். முயல், பந்து இரண்டினதும் துள்ளல் கொண்டிருக்கும் வித்தியாசங்களின் இருப்பை மறுத்துவிடுகிறது இந்த துள்ளல் உருவகம்.

உவமை, உருவகங்கள் இரண்டும் மொழியில் ஒப்பீட்டுக்காகப் பயன்படுத்தப்படும் கருவிகள். முற்றிலும் வேறு வேறான இரு விடயங்களைக் கொண்டுவந்து இதுவும் அதுவும் சமன் ($x = y$) எனச் சொல்வது உவமை.

"பூப்போல் அவள் முகத்தில் சிரிப்பு மலர்ந்தது" (பூமலர்வு = அவள் சிரிப்பு)

பூவும் சிரிப்பும் வேறு வேறு. பூக்களின் மலர்வு பன்மையான விசயம். எந்தப் பூவின், எப்படியான மலர்வு? என கேள்விகளைக் கேட்கின்ற பொழுது சாரம்சப்படுத்த முடியாத பூக்களும் அவைகளின் மலர்தல்களும் பன்மையாக கிளைத்துச் செல்லும்.

அதைப் போலவே சிரிப்பும் பன்மையான விசயம். எனவே இந்த $x = y$ எனும் உவமைச் சமன்பாடு இங்கு முதலில் செய்வது, பன்மைத் தன்மைகளை மறைத்து சாரம்சப்படுத்துதல்.

அது செய்யும் இரண்டாவது விசயம்: வித்தியாசமான ஒன்றுடன் முற்றிலும் வேறுபட்ட இன்னொன்றை அருகில் கொண்டு வந்து வைத்து இது மாதிரித்தான் அதுவும் என முன்வைக்கிறது உவமை. இதனால் முற்றிலும் வேறுவேறாக இருக்கும் இரு விசயங்கள், அவைகள் கொண்டிருக்கும் வித்தியாசங்களின் அடியாக உள்வாங்கப்படுதல் மறுக்கப்படுகிறது. ஒன்றின் வித்தியாசத்தின் மீது இன்னொன்றின் தன்மை திணிக்கப்படுகிறது. பூ மலர்வதும் அவள் சிரிப்பதும் வேறு வேறு. அவளது சிரிப்பின் தன்மை கொண்டிருக்கும் வித்தியாசம் பூவின் மலர்தலால் சமன் செய்யப்பட்டு புரிதலுக்குள் அகப்படுத்துகிறது.

அது போலவே, உருவகம் என்ன செய்கிறது என்றால், முற்றிலும் வேறுவேறான இரண்டைக் கொண்டு வந்து ஒன்றின் இடத்தில் (அதை அகற்றி) மற்றதைப் பொருத்துகிறது. x, y = y. இது அதுதான் எனச் சொல்வது. "அவள் முகத்தில் புன்சிரிப்பாய் பூ மலர்ந்தது" (x:புன்சிரிப்பு, y:பூ = மலர்ந்தது பூ). இங்கு அவளது சிரிப்பின் இருப்பு பூவால் பதிலீடு செய்யப்படுகிறது. ஒன்றின் இருப்பு மௌனமாக்கப்படுகிறது.

மொழியின் அடிப்படை கூட இதுதான். ஒன்று இன்னொன்றாக இருக்கிறது எனச் சொல்வதுதானே மொழியும். 'காகம்' என்ற சொல் காக்கா எனக் கத்தும் கருப்பு நிற பறவையைக் குறிக்கிறது. (பார்த்தீர்களா காகங்களைத் தொகுத்து புள்ளிகளை இணைத்துக் கொண்ட சாராம்சப்படுத்தல்களை: காக்கா, கருப்பு, பறக்கும்). காகம் எனும் சொல் வேறு. காகம் எனும் பறவை வேறு. அந்தப் பறவையை 'காகம்' என்ற சொல்லால் உருவகப்படுத்தப்படுகிறது. காகம் என்ற சொல் அந்தப் பறவையைத் தான் குறிக்கிறது என ஏற்புடன்தான் இருக்கிறோம். அங்கும் கேட்க வேண்டிய கேள்வி: காகம் என்ற சொல் எந்தக் காகமாக இருக்கிறது?

இடைச் செருகல்: அறிதலின் அடிப்படையாக இருக்கும் இந்த தொகுத்தறிதலும் உய்த்தறிதலும் அதன் இயங்குதல்களினால் வித்தியாசங்கள் கொண்டவைகளை அணிதிரட்டி unified பண்ணும் வேலையைத்தான் செய்கிறது. வித்தியாசங்கள் கொண்டவைக்குள் இணைக்க முடியுமான புள்ளிகளில் கோடுகளை வரைந்து பார்த்துவிட்டு அவைகள் அனைத்தும் ஒன்றுதான் என unified பண்ணுகிறது. வரைந்த கோடுகளை இன்னொன்றில் பொருத்திப் பார்த்தும் unified பண்ணுகிறது.

இந்த அறிதல் முறைக்கு மாற்றமான ஒரு அறிதல் முறை தேவைப்படுகிறது. ஒத்த பண்புகள் எனப் பார்க்கும் புள்ளிகளுக்குக் கோடு வரையும் பணியிலிருந்து விடுபட்டு 'வித்தியாசங்களை' முன்னிறுத்தி அறிதலை மேற்கொள்ளும் ஒரு முறை பற்றி யோசிக்கலாம். அந்த முறை எவைகளையும் எதையும் unified பண்ண விடாமல் கலைத்துக் கொண்டே இருக்கும்.

அந்த அறிதல் முறை:

'இனிப்பானது' என்ற விழிப்பிற்குள் மாம்பழத்தின் சுவையை unified பண்ண விடாது.

'மாம்பழச் சுவை' எனும் விழிப்பிற்குள் கருத்தக் கொழும்பான் மாம்பழத்தின் சுவையை unified பண்ண விடாது. 'கருத்தக் கொழும்பான் மாம்பழ சுவை' எனும் விழிப்பிற்குள் எல்லாக் கருத்தக் கொழும்பான் மாமரங்களும் கொண்டிருக்கும் மாம்பழத்தின் சுவைகளையும் unified பண்ண விடாது. 'ஒரு கருத்தக் கொழும்பான் மாமரத்தின் மாம்பழச் சுவை' எனும் விழிப்பிற்குள் அம்மரத்தின் ஒவ்வொரு பழங்களின் சுவையையும் unified பண்ண விடாது.

இப்படி தொடர்ந்தேர்ச்சையாக எங்கும் unified பண்ண விடாமல் கலைத்துக் கொன்டே இருக்கும். அப்படியாக வித்தியாசங்களை முன்னிறுத்தி அறிதலை மேற்கொள்ளும் முறையானது, ஒன்று இன்னொன்றாக இருப்பதற்கான சுதந்திரத்தையும் உரிமையையும் வலியுறுத்திக் கொன்டே இருக்கும்.

❖

அப்படி என்றால் ஒரு பிரதிக்குள் உவமை உருவகங்களை பயன்படுத்துவது பிழையா, வன்முறையா? என்று கேட்டால், ஓமும் தான் இலையும் தான்.

எந்த ஒரு விசயத்தையும் சரிபிழை எனும் இருமை எதிர்வுக்குள் வைத்துக் கையாள்வதை இயல்பென ஏற்றிருக்கும் நனவிலியை தொந்தரவு செய்யவும், நனவிலிக்குள் இயல்பான செயல் என்பதாக இயங்குதலில் இருக்கும் உவமை, உருவகங்களின் சிக்கல் தன்மையை விபரிப்பதன் ஊடாக, அவைகளை நனவு நிலைக்கு கொண்டு வந்து அதன் சிக்கல்களை உரையாடல்களாக மாற்றவுமே இங்கு முனைகிறேன்.

❖

இலக்கியப் பிரதிகளில் வைக்கப்படும் உவமை, உருவகங்களை இன்னொன்றின் மீது திணிக்கப்படும் செயல்பாடு என்பதாகப் பார்த்தலுக்கு மாற்றமான ஒரு நிலைப்பாடுதான் எனது வாசிப்பு முறை கொண்டிருக்கிறது. ஒவ்வொரு வாசிப்பும் (வெளிப்டையாக

அறிவித்துக் கொள்ளாவிட்டாலும்) பல கருத்தமைவுகளை எடுகோள்களாகக் கொண்டுதான் இயக்கமுறுகின்றன. நான் பயன்படுத்தும் வாசிப்பு முறை கொண்டிருக்கும் கருத்தமைவுகளில் மூன்றினை முன்வைத்து அந்த உருவகங்களை அணுகும் நிலைப்பாட்டினை விவரிக்கலாம்.

1. ஒரு பிரதி எதார்த்தத்தைப் பிரதிபலிக்கும் திராணி அற்றது. அது எதார்த்ததைப் பிரதிபலிப்பதில்லை.

2. ஒரு பிரதி தனது எல்லைக்குள் பிரதிக்கான எதார்த்தத்தை உருவாக்குகிறது.

3. பிரதியை அணுகும் வாசகன் தனது பங்களிப்புடன் பிரதிக்கான அர்த்தத்தை உருவாக்குகிறான்.

இந்த எடுகோல்களுடன் நாம் முன்பு பார்த்த பிரதி யொன்றை அணுகிப் பார்த்தால்:

//அவளின் பிடியிலிருந்து
விடுபட்டு
நிலத்தில் விழும் முயல்
பந்தாக்கத் துள்ளி
புதருக்குள் மறைந்தது//

இப்பிரதியில் வைக்கப்பட்டிருக்கும் முயலானது, இப்பிரதிக்காக பிரதியின் எல்லைக்குள் உருவாக்கப்பட்ட முயல். ஆகவே, அதன் துள்ளல் புற எதார்த்த வெளியில் உள்ள முயலொன்றின் துள்ளலைப் பிரதிபலிப்பதில்லை. அது பந்தின் துள்ளலை இயல்பாகக் கொண்ட பிரதிக்குள் இயங்கும் முயல். முயல் என்ற சொல்லினுடாக எந்த முயல் எனும் அர்த்தமும், பந்து என்ற சொல்லினுடாக எந்தப் பந்து, அதன் எத்தகைய துள்ளல் எனும் அர்த்தமும் பிரதியை நெருங்கும் வாசகனின் தரப்பால் பெருகிச் செல்லும்.

❖

இப்படியான வாசிப்பு நிலைப்பாட்டுடன் உவமை உருவகங்களை பிரதிக்குள் அணுகினாலும், ஒன்றின் மீது இன்னொன்றை பொருத்திப் புரிதலுக்குள் அகப்படுத்தும் உவமை உருவகங்களைத் தவிர்த்து, அதனதன் வித்தியாசங்களுடன் இருக்க வைத்து ஒரு பிரதியை உருவாக்கிப் பார்க்கவும் மனம் அவாவுறுகிறது. அப்படி முயற்சித்துப் பார்த்ததுதான் இது:

அந்த ஒரு பூனை

அந்த ஒரு பூனையைப் போன்று பாலைக் குடிக்கிறது.
அந்த ஒரு பூனையின்
அந்த ஒரு நாக்காகப் பாலைத் தீண்டுகிறது.
அதன் தீண்டலுக்கு
கோப்பைக்குள் இருக்கும்
அந்தப் பாலும்
அந்த ஒரு கொஞ்சப் பாலாகத் தளம்புகிறது.
ஓடித்திரியும் பூனைகளுக்கு மத்தியில்
அந்த ஒரு பூனையின் உடல்
அந்த ஒரு பூனையின் உடல் போல் அசைகிறது.
ஒவ்வொரு பூனையின் கால்களும்
அந்தந்தப் பூனையின் கால்களாகத் தாவுகிறது.
ஒவ்வொரு பூனையும்
அந்தந்தப் பூனையைப் போல் செத்தும் போகிறது.

27

நவீனம் கடந்த கவிதை குறித்து ரஸாக்கிற்கு வந்த சந்தேகமும் சில பாலபாடங்களும்

தமிழில் நவீனம் கடந்த கவிதை வடிவமைப்பு முறைமையானது கிழக்கிலங்கையைச் சார்ந்த இளம் கவிஞர்களின் கவனயீர்ப்பைப் பெற்று, அவர்களின் கவிதைகள் மாற்றம் கண்டு வரும் போக்கை ஜீரணிக்க முடியாமல், ஒவ்வாமைத் துலங்கல்களைக் காட்டி வருபவர்களில் தென் கிழக்குப் பல்கலைக்கழக தமிழ் விரிவுரையாளர் ரஸாக்கும் ஒருவர். அவரது ஒவ்வொரு ஒவ்வாமைப் புலம்பல்களையும் இடையீடு செய்து எனது எதிர்வினைகளையும், கேள்விகளையும் தொடர்ச்சியாக முன்வைத்து வந்திருந்தேன்.

அவரது ஒவ்வாமைத் துலங்கல்களின் ஒரு பகுதியாக ஒரு கவிதைப் பிரதியினையும் முன்வைத்திருந்தார். அந்தப் பிரதியுடன் நிகழ்த்திய வாசிப்பு வினையாற்றுதலுக்குள் பிரவேசிப்போம்.

ஒரு மரம் நவீனம் கடந்து
எவ்வாறு வளரும்?

நிலத்தில் வளர்வது
பாரம்பரியமென ஒதுக்கி
நவீன 'பிஸ்மில்' சொல்லி
சட்டியில் வைத்தோம்.

சட்டிகளை பற்பல வடிவில் செய்தோம்
வர்ணப் பூச்சுக்களிட்டோம்
பிளாஸ்டிக். சீமெந்து. இறப்பர் என்று
வகையறா இஸங்கள் பேசினோம்.

உயிர்ப்புக்காய்
ஓரிரு மீறல்கள் செய்தோம்
அடியில் ஓர் ஓட்டையும் இட்டு
அதை மறைக்கப் பசளையிட்டோம்.

இமாம் அத்னான் ♦ 145

ஓட்டை பாரம்பரியமில்லையா
எனக் கேட்பவர்க்கு
அது விதிவிலக்கென்று
விளக்கம் சொன்னோம்.

எல்லாம் செய்தும்
நவீனத்திலிருந்து பாய்ந்து
பாரம்பரியத்தில் முளைத்தது மரம்

இது பாரம்பரிய மரமா?
நவீன மரமா?
இல்லை நவீனம் கடந்த மரமா?

-அப்துல் ரஸாக்

இந்தப் பிரதியில் வைக்கப்பட்டிருக்கும் கவிதை சொல்லிக்கு ஒரு சந்தேகம் வருகிறது. ஒரு மரம் நவீனம் கடந்து எவ்வாறு வளரும்? என்பது தான் அவரின் சந்தேகம். இந்த சந்தேகம் தன்னகத்தே இரு ஏற்பினைக் கொண்டிருப்பதை அவதானிக்கலாம். முதலாவது, ஒரு மரம் நவீனம் கடந்து வளருமா என்பதுதான் சந்தேகமே ஒழிய அம்மரம் நவீனத்தில் வளரும் என்பதில் அவருக்குச் சந்தேகமில்லை. அவருக்குத் தெரிந்த அம்மரம் நவீனத்தில் வளருகிறது. இந்த ஏற்பினையே அந்த சந்தேகத்தில் வெளிப்படுத்துகிறார். அடுத்து அவர் கொண்டிருக்கும் ஏற்பு, நவீனம் கடந்து ஒரு மரம் வளராது என்பது.

ஆக, நாம் இங்கு முதலில் தெரிந்து கொள்ள வேண்டியது, ஒரு மரம் நவீனத்தில் வளருதல் என்றால் என்னவென கவிதை சொல்லி கொண்டிருக்கும் புரிதலை.

பிரதியின் அடுத்த வரியிலேயே அவர் கொண்டிருக்கும் 'ஒரு மரம் நவீனத்தில் வளர்தல்' என்றால் என்ன வென அறியத்தருகிறார். அதாவது ஒரு மரம் நிலத்தில் வளர்வது பாரம்பரியம் என்றும் அதனைச் சட்டியில் வைத்து வளர்ப்பதுவே நவீனம் என்றும் அறியத்தருகிறார்.

அந்த சட்டியினைப் பல மூலப்பொருட்களைக் கொண்டு செய்தும், பலவடிவங்களில் உருவாக்கியும் பல நிறங்களைப் பூசியும் விதம்விதமான சட்டிகளில் மரங்களை வளர்த்ததாகச் சொல்கிறார். அவை ஒவ்வொன்றையும் இசங்கள் என்று சொல்லிக் கொண்டார்களாம்.

அடுத்து என்ன சொல்கிறார் என்றால், உயிர்ப்புக்காய் மீறல்களை செய்தார்களாம். எதன் உயிர்ப்புக்காய்? மரத்தின் உயிர்ப்புக்காகவா என்றால்.. ம்ஹூம்.. அவர்களின் புதிதாக செய்கிறோம் எனும் பிரஞ்சையின் உயிர்ப்புக்காய். அவர் செய்த சட்டியின் அடியில் ஓட்டை இட்டாராம். அந்த ஓட்டை எதற்காக என்று அவரும் சொல்லவில்லை. ஆனால் அந்த ஓட்டையை மறைப்பதற்காக பசளையை இட்டு மறைத்தாராம். ஏனென்று தெரியாமலே போட்ட ஓட்டையை மறைத்திருக்கிறார். ஓட்டை போடுதல் ஒரு தவறான விசயம். அது வெளியே தெரியக்கூடாது என்று அவர் யோசித்திருக்கலாம்.

அப்படி இல்லை. ஓட்டை போடுதல் பாரம்பரிய விசயம் என்பது தான் அவர் சொல்லும் காரணம். பாரம்பரியம் தவறான விசயம் என்றே அவர் புரிந்திருக்கிறார். அந்த ஓட்டையை எவரும் கண்டு அது பாரம்பரியம் தானே என்று கேட்டுவிட்டால், ஓம், அது பாரம்பரியம் தான். ஆனால் இங்கு அது விதிவிலக்கு என்றே சொல்லி சமாளிக்கிறார்.

//எல்லாம் செய்தும்

நவீனத்திலிருந்து பாய்ந்து

பாரம்பரியத்தில் முளைத்தது மரம்//

இந்தக் கூற்றினூடாக என்ன சொல்ல வருகிறார் என்றால், மரத்தை நிலத்தில் வளர்ப்பது மரபு. அதனை சட்டியில் வளர்ப்பது நவீனம். ஆனால் சட்டியில் வளர்த்த மரமானது, அந்த சட்டியில் இருந்த ஓட்டையினூடாக நிலத்தில் அதன் வேர் ஊன்றி விட்டது. எனவே, அந்த மரம் மரபான மரமா? நவீன மரமா? அல்லது நவீனம் கடந்த மரமா என்பது கவிதை சொல்லியின் கேள்வி.

ரஸாக்கிற்கும் அவரின் பிரதியில் வைக்கப்பட்டிருக்கும் கவிதை சொல்லிக்கும் சில பாலபாடங்கள்:

1.

ஒரு மரம் வளர ஊடகம், தாதுச் சத்துக்கள், நீர், சூரிய ஒளி என்பவைகள் அவசியமாகின்றன. ரஸாக் இந்தப் பிரதியில் வைத்திருக்கும் கவிதைசொல்லி, நிலத்தை (மண்ணை) மரபான ஊடகமாக முன்வைக்கிறார். அவர் செய்த சட்டியில் மண்ணையும்

பசளையையும் போட்டு அதனை நவீன ஊடகமாகவும் கருதுகிறார். இந்த ஊடகத்தில் நீர் ஊடகமும் உண்டு; அதில் வளரும் தாவரங்களும் உண்டு என்பதை முதலில் நினைவு படுத்திவிடுவோம். இதுவும் ரசாக்கிற்கு நினைவு வந்திருந்தால், கோப்பைக்குள் நீரை நிரப்பி 'தளம்பி நெகிழ் நவீனம்' எனச் சொல்லியிருப்பாரோ என்னவோ?

இன்னும் சில தாவரங்களுக்கு இன்னொரு தாவரம் தான் ஊடகம். அவைகளை ஒட்டுண்ணித் தாவரங்கள் என பெயரிடுகிறார்கள். ஒட்டுண்ணித் தாவரங்கள் என வகைப்படுத்தப்படாத சில தாவரங்களும் கூட, அவைகள் வளருவதற்கான ஊடகமும் ஏனையவைகளும் இன்னொரு தாவரத்திலோ அல்லது வேறு இடத்திலோ கிடைத்தவுடன் வளர்ந்துவிடுகின்றன. இதற்கு உதாரணமாக கட்டிடங்களின் இடுவலுக்குள் வளரும் தாவரங்கள், ஆலமரத்தில் வளர்ந்திருக்கும் பனைமரம், மாமரம் என்பவைகளை நினைவு படுத்தலாம்.

2

ரஸாக் பார்த்த மரங்கள் எல்லாம் நிலத்திலேயே வளர்கின்றன என்றே வைத்துக் கொள்வோம். நிலத்தை விட்டு சட்டியிலும் வளர்க்கலாம் என ஒரு சிந்திப்பு கவிதை சொல்லிக்கு ஏற்பட்டிருக்கிறது. அந்த சிந்திப்பினையே நவீனம் எனக் கருதுகிறார். அந்த நவீன சட்டியில் இடுபொருள் ஊடகமாக நிரப்பப்பட்டிருப்பதும் கூட பாபரியம் என அவர் கருதும் நிலத்திலிருந்து அள்ளி எடுத்த மண்ணையும் பசளையையும் தான். ஆக, அவர் நவீனம் எனக் கருதுவதிலும் மரபு பயன்படுத்திய சில அம்சங்களையும் கொண்டே இயங்குகிறது. இங்கு நாம் ஒன்றைப் புரிந்து கொள்ளலாம். நவீனம் என்பது மரபையும் (வெளிப்படையாகவோ மறைவாகவோ) கொண்டே இயங்குகிறது. அதாவது மரபு என்பது இன்னது தான் என ஒரு வரையறுப்பும் கற்பிதமும் இல்லை என்றால் அதிலிருந்து விலகிச் செயல்படும் நவீனத்தை இனம்காண முடியாது என்பதைத்தான் சொல்கிறேன்.

இதே போல் 'நவீனம் கடந்த கவிதைகள்' எனும் வகையறாக்களும் கடப்பதற்கான நவீன கவிதை அம்சங்களைக் கொண்டே இயங்குகிறது. அது என்ன 'நவீன கவிதை அம்சங்கள்' என கேள்வி உங்களிடம் உருவாகி விடுகிறதென்றால், அதற்கான பதில்களை குராணாவின் கட்டுரைகளிலிருந்து பெற்றுக் கொள்ளலாம்.

அவைகளை என்னிடம் இருந்து எதிர்பார்த்தால், கொஞ்சம் தாமதிக்கவும். இவைகளை விரிவாக அலசிப் பேசும் கட்டுரைத் தொகுப்பான "அதிகம் பாவிக்கப்பட்ட கவிதை மந்திரம்" கூடிய விரைவில் வெளிவரத் தயாராகிக் கொண்டிருக்கிறது.

3

நவீனம் கடந்து ஒரு மரம் எப்படி வளரும்? எனச் சந்தேகத்தை ஏற்படுத்திக் கொண்ட கவிதை சொல்லி, நிலத்தில் வளரும் மரத்தை எடுத்து சட்டியில் வைத்து அதனை நவீனம் என்றார். அதில் ஏன் என்று தெரியாமல் ஓட்டையைப் போட்டார். ஓட்டை போடுவது பாரம்பரியம் என ஏற்புடன் இருக்கும் கவிதை சொல்லி, நிலத்திலிருந்து எடுத்த மண்ணும் பசளையும் மரபின் பகுதிகள் தான் என்பதை நைஸாக மறைத்து விடுகிறார்.

சரி, ஓட்டை போடுவது பாரம்பரியம் என்பதற்காக அல்ல. சட்டியில் அதிக நீர் தேங்கி தாவரம் நலிவடைந்து இறந்துவிடக் கூடாது என்பதற்காக எனச் சொல்லி வைப்போம்.

//ஓட்டை பாரம்பரியமில்லையா

எனக் கேட்பவர்க்கு

அது விதிவிலக்கென்று

விளக்கம் சொன்னோம்//

நவீன கவிதை மனம் கொண்டிருக்கும் பண்புகளில் ஒன்றுதான் அது வித்தியாசங்களை எப்படிப் புரிதல்களுக்குள் அகப்படுத்துகிறது என்பது பற்றியது. அது வித்தியாசங்களை விதிவிலக்கு என்று வரையறுக்கிறது. அதனூடாக விதி என நம்பப்படுபவைகளே இயல்பானது என்றும் அதைவிட்டும் மாறுபட்டிருப்பவைகளை இயல்பற்றது என்றும் கதையாடுவதை அவதானிக்கலாம். விதி என்பதும் விதிவிலக்கு என்பதும் நாம் பெரும்பான்மை ஏற்பின் சாய்வில் வரை செய்துகொண்ட கருத்தமைவுகள் தான். 'விதிவிலக்கு' எனும் கருத்தமைவின் அடிப்படையே அது மீண்டும் விதியென நம்பப்படும் இயல்புகளை வலியுறுத்துவதுதான். அது வித்தியாசங்களை இயல்பாக ஏற்காமல் விளிம்பு நிலையிலேயே தள்ளிவைக்கிறது. 'நவீனம் கடந்த கவிதைப்பிரதிகள்' இந்த மனோநிலையை தொந்தரவு செய்யவும் அதனைக் கடந்து இயங்கவும் முற்படுகிறது என்பதையும் சொல்லி வைக்கிறேன்.

4

நவீனம் கடந்த கவிதைகளிடம் தாவரங்கள் பற்றிய ஒரு அக்கறை உண்டு. ஒரு மாற்றுப் பார்வை உண்டு. அது ரஸாக் கருதும் நவீன கவிதைகள் போல் மரத்தை சட்டியில் வளர்ப்பதா? நிலத்தில் வளர்ப்பதா? என்பது பற்றியது அல்ல. அது மரங்களையும் மனிதனைப் போல் உயிரிகளாக மதிக்கவும், அவைகளையும் தன்னிலையாக treat பண்ணவும் கோரும் பார்வை பற்றியது.

சட்டியில் மரத்தை வளர்த்தல் என்பது அவைகளை வீடுகளில் அலங்காரக் காட்சிப் பொருளாகப் பேண முற்படும் மனிதமய்ய (anthropocentric) மனோநிலையுடன் சம்பந்தப்பட்டது. மனிதன் எப்பொழுதுமே மனிதமற்றவைகளை தனது நலன்களுக்காக வாழுபவைகளாகவே நினைத்துக் கொள்கிறான். அவைகளை தனது பயன்பாட்டிற்கான objects களாகவே கையாள்கிறான். அதனால் தான் மரம் வளர்ப்போம். ஏனென்றால் அது மழை தரும், ஒட்சிசன் தரும், உணவு தரும், நிழல் தரும் என பிரச்சாரம் செய்கிறார்களே ஒழிய, மரம் வளர்ப்போம் ஏனென்றால் அதற்கும் வாழ்வதற்கான உரிமையுண்டு எனச் சொல்வதில்லை. அதுவும் உயிர்த் தன்னிலை, சட்டத்தன்னிலை கொண்டவைகள் தான் என ஏற்பதில்லை. ஆனால் நவீனம் கடந்த கவிதைகள் இதனையே அக்கறை கொள்கின்றன.

இங்கு மரங்களை வளர்த்தல் எனும் சொல்லைவிட, மரத்தை வளரவிடுதல், தனது பயன்பாட்டிற்காக பாவிக்காமல் விடுதல் அல்லது அழிக்காமல் விடுதல் போன்ற சொற்கள் தான் பொருத்தம். இங்கு ரஸாக்கிற்கு ஏற்பட வாய்புள்ள ஒரு கேள்வியுண்டு. அதனைக் கேட்கிறாரா என்று பார்ப்போம். கேட்டுவிட்டால் அங்கிருந்து உரையாடலைத் தொடர்வோம்.

28

மீட்பர் ஜிஃப்ரி காவிவந்த கவிதை சுவிஸேசங்கள்

ஈழக் கவிஞர்களையும் அவர்களின் கவிதைகளையும்; குறிப்பாக கிழக்கிலங்கையில் இருப்பவர்களின் கவிதைகளை தான் நினைப்பது போல் நல்வழிப்படுத்தும் நோக்கில் தோழர் ஜிஃப்ரி ஹாஸன் துவங்கியிருக்கும் ப்ரொஜெக்டில், சில கவிதைகளை அவரின் முகனூல் பக்கத்தில் பதிவிட்டிருக்கிறார்.

அந்தக் கவிதைப் பிரதிகள் எப்படி வடிவமைக்கப்பட்டிருக்கின்ற? என்ன செய்கின்றன? என்பது போன்ற தனது வாசிப்பு பார்வைகளை முன்வைத்து அக்கவிதைப் பிரதிகளைப் பகிரவில்லை. சும்மா வெறுமனே பகிர்ந்திருந்தார். அக்கவிதைகளைப் பார்த்து ஈழத்துக் கவிஞர்கள் கவிதை எழுதுவது எப்படியெனக் கற்றுக்கொள்ள வேண்டுமென புலம்பியிருந்தார். ஒரு பிரதிமீது தர்க்கபூர்வமாக வாசிப்பை மேற்கொள்ளுமளவு தன்னைத் தயார்படுத்திக் கொண்டவர் அல்ல ஜிஃப்ரி. தர்க்கம் என்றாலே ஒருவித அலர்ஜியையும் அசூசையையும் உணரும் மனோநிலை கொண்டவர். கவிதைப் பிரதிகளை விபரித்து தனது வாசிப்பை முன்வைப்பதிலோ அல்லது கோட்பாடுகள் சார்ந்து பிரதிகளை விமர்சனபூர்வமாக அணுகுவதிலோ ஆர்வம் தனக்கு இல்லை என அவரே பிரஸ்தாபித்துக் கொள்பவர். அவர் வெறுமனே ஒரு எட்வடைசிங்க் ஏஜென்ட். அவ்வளவுதான்.

கிழக்கிலங்கையைச் சேர்ந்தவர்களின் கவிதை வடிவமைப்பானது, நவீனம் கடந்த கவிதை முறைமையை உள்வாங்கத் துவங்கி தளமாற்றமடைந்து வருவது, அவரிடம் சகிக்க முடியாத ஒவ்வாமையை ஏற்படுத்தியிருக்கிறது. அத்தகைய அவரின் ஒவ்வாமைப் பதிவுகள் ஒவ்வொன்றையும் இடையீடு செய்து, உரையாடலுக்கான ஒரு தொகைக் கேள்விகளை முன்வைத்திருந்தோம். அவைகளுக்கு எதிர்வினையாற்றி அவர் தரப்பு வாதங்களை தர்க்கபூர்வமாக முன்வைக்காமல், வெறுமனே உணர்ச்சிவசப்பட்டு புலம்புவதில்

கரிசனை காட்டி வருகிறார். அப்புலப்பல்களின் பகுதியாகவே ஒரு சில உதாரணபுருசக் கவிதைகளை பகிர்ந்திருந்தார். அவைகளைப் பார்த்து இங்கிருப்பவர்கள் கற்றுக்கொள்ள வேண்டுமென அழாத குறையாகக் கோரி இருந்தார்.

அவர் பகிர்ந்து கொண்ட கவிதைப் பிரதிகளில் ஒன்றைத் தெரிவு செய்து அதனுடன் இடைவினை செய்து பார்ப்போம். முதலில் அப்பிரதியை வாசித்துவிடுங்கள்.

காகத்தின் ஆயுள்
....
எவ்வளவு தூரம் சென்றாலென்ன
எவ்வளவு வாழ்வு வாழ்ந்தாலென்ன
எவ்வளவு அண்டங்களை ஈன்றாலென்ன
இரண்டு
மின்கம்பிகளுக்கு இடையில்தான்
ஒரு காகத்தின் ஆயுள்
பறந்துகொண்டிருக்கிறது.

-ஆசை

ஒரு காகம் எந்தளவு, எப்படி வாழ்ந்தாலும் அது மின்கம்பத்தில் இறந்துவிடும் என ஒரு பிரமாதமான போதனையைப் பகிர்கிறது இப்பிரதி.

காலம் காலமாக மத போதகர்கள் பேசிப் பேசி அரதப் பழசாகிப் புளித்துப் போன போதனை இது. இதிலிருந்து என்ன படிப்பினையை ஈழத்துக் கவிஞர்கள் உள்வாங்கிக் கொள்ளலாம் என ஜிஃப்ரி நினைத்திருப்பார் என ஊகிக்க முடியவில்லை.

இந்தப் பிரதியில் வைக்கப்பட்டிருக்கும் கருப்பொருள் கொண்டிருக்கும் வன்முறையையயும் சிக்கலையும் சற்றுக் கழித்துப் பார்ப்போம். முதலில் இதன் வடிவமைப்பு பற்றி ஆராய்வோம்.

இந்தப் பிரதியை எதன் அடிப்படையில் கவிதை எனச் சொல்லலாம்?

Option 01: இது ஒரு போதனையை நேரடியாகப் பிரஸ்தாபிக்கும் படி அமைக்கப்பட்டுள்ளது. தமிழில் பெரும்பாலான கவிஞர்கள் தங்களை சமூக வழிகாட்டிகளாக வரித்துக் கொள்பவர்கள். அவர்கள் தங்களின் கவிதைகளினூடாக வழிகாட்டுகிறார்கள். இதுவும் அப்படி ஒரு போதனையை முன்வைக்கிறது. போதனைகளை முன்வைக்கும்

திருக்குறளையும் உயர் இலக்கியப் பிரதியாகத்தானே கருதுகிறார்கள். ஆகவே இது கவிதையாகும்.

Option 02: கவிதைகளை வரிவரியாக உடைத்து உடைத்து எழுதுவார்கள் (enjambment). இதுவும் அப்படி உடைத்து எழுதப்பட்டுள்ளது. ஆகவே இதுவும் கவிதையாகும்.

Option 03: இது காகம் என்ற பறவையை நன்கு கூர்ந்து கவனித்து எழுதப்பட்டுள்ளது. இத்தகைய கூர்திறனை மொழியில் கொண்டுவருவது கவிஞர்களுக்கு உரியது. ஆகவே இது கவிதையாகும்.

Option 04: வேறு (வேறு ஏதாவது ஒப்சன்கள் உங்களிடம் இருந்தால் இணைத்துக் கொள்ளவும்)

இப்படி ஏன் ஒப்சன்களைத் தருகிறேன் என்றால், இந்தப் பிரதியிலிருந்து புதிய கவிதை வடிவமைப்பு முறை பற்றியோ, புதிய முன்வைப்பு உத்திகள் பற்றியோ தெரிந்து கொள்ள எதுவும் இல்லை என்பதை விபரிக்கத்தான்.

சரி, தொடர்ந்தும் இப்பிரதியில் வைக்கப்பட்டிருக்கும் கூற்றுகள் கொண்டிருக்கும் கருத்தமைவை இடையீடு செய்து பார்ப்போம்.

ஒரு காகம் எவ்வளவு தூரம் பறந்து சென்றாலும், எவ்வளவு காலம் வாழ்ந்தாலும், எவ்வளவு குஞ்சுகளை ஈன்றாலும் அதன் ஆயுள் மின்கம்பங்களுக்கு இடையில் முடிந்துவிடுகிறது. அது மரணித்துவிடுகிறது என அப்பிரதியில் வைக்கப்பட்டிருக்கும் கவிதை சொல்லி பிரகடனப்படுத்துகிறார்.

ஒருவரின் ஆயுள் என்பது, அவரின் வாழ்தல் கால எல்லை. அது மரணத்தை மாத்திரம் குறிப்பது அல்ல. மரணம் ஒருவரின் ஆயுளின் எல்லைக் கோடாக இருக்கிறது. அவ்வளவுதான். வாழ்வில் ஏனைய எல்லாவற்றையும் விட அதிகம் மரணத்தை முன்னிறுத்திப் போதனை செய்தது மதவாதிகள் தான். அந்தப் போதனையின் நீட்சிதான் இந்தக் கவிதைப் பிரதி.

இந்தக் கவிதைப் பிரதியில் வைக்கப்பட்டிருக்கும் கவிதை சொல்லி, ஒரு காகத்தின் வாழ்தலில், அது மரணிக்கப் போகும் தருணத்தையே பிரதானப்படுத்துகிறார். அதனால் தான், அது

எவ்வளவு தூரம் பறந்தாலென்ன, எவ்வளவு காலம் வாழ்ந்தாலென்ன, எவ்வளவு குஞ்சுகளை ஈன்றால் என்னவென அத்தகைய செயல்களை எல்லாம் துச்சமாக வரையறை செய்து விட்டு, அது மரணிக்கும் புள்ளியை முக்கியப் படுத்துகிறார்.

அந்தக் காகத்திற்கு, தான் எவ்வளவு தூரம் பறக்கிறேன் என்பது பிரதானமாக இருந்திருக்கலாம். எவ்வளவு தூரம் பறந்தேன் என்பதை அது தன் ஆயுள் செயலாகக் கருதிக் கொண்டிருக்கலாம். அல்லது வேறொன்றை அப்படிக் கருதலாம். அல்லது இப்படியெல்லாம் கருதாமலும் போகலாம். விசயம் என்னவென்றால், அதனை அந்தக் காகம் தான் முடிவு செய்ய வேண்டும். காகத்திற்கும் சேர்த்து பிரதியில் வைக்கப்பட்டிருக்கும் கவிதை சொல்லி முடிவெடுக்கிறார். மனிதமற்றமைகளுக்கும் சேர்த்து தானே யோசிக்கும்; தனது கருத்தியல் விழுமியங்களை மற்றமைகள் மீது சுமத்தும் நவீனத்துவ வன்முறைக் கருத்தியலை சுமந்திருக்கிறது இப்பிரதி.

இப்படித்தான் போதகர்களாக தங்களை வரித்துக் கொண்ட வர்களும், ஜிஃப்ரி போல் ஈழத்து இலக்கியத்தை நல்வழிப்படுத்த வேண்டும் என நினைத்துக் கொள்பவர்களும், அவர்கள் முக்கியம் எனக்கருதும் ஒன்றையே மற்றவர்களும் முக்கியமாகக்கருதவேண்டும் என எதிர்பார்ப்பார்கள். இவர்கள் தங்களைவிட்டும் மற்றவர்கள் வித்தியாசப்பட்டு இருக்கலாம்; மாற்று முறைவழிகளைப் பின்பற்றலாம் என்பதை ஏற்றுக் கொள்பவர்கள் அல்ல. அவர்கள் நினைப்பதே சரி என நினைத்து, மற்றவர்களுக்கும் சேர்த்து நல்லது கெட்டதை வரையறுத்துப் பிரச்சாரம் செய்யும் போதகப் பேர்வெளிகள்.

ஒரு காகம் தான் ஈனும் குஞ்சுகளை முக்கியமானவைகளாகக் கருதலாம். ஆனால், இக்கவிதை சொல்லி அவைகளை புறங்கையால் தட்டிவிட்டு, எத்தனை குஞ்சுகள் இருந்தாலும் அது எல்லாம் ஒரு மேட்டரே இல்லை. அது செத்துவிடும் அதுதான் மேட்டர் என தனது நிலைப்பாட்டைத் திணிக்கிறார்.

ஓம், அனைத்து உயிரிகளும் இறந்துவிடும் தான். மரணம் நிகழ்ந்தே தீரும் என்பதற்காக, வாழும் கணங்களில் செய்யும் செயல்களை எல்லாம் துச்சமாக மதிக்க வேண்டுமா என்ன? மரணமே பிரதான மேட்டர் என சொல்லிவிட்டு எல்லோரும் மரண சிந்தனையுடனேயே அலைந்து திரிவதே முக்கியமா என்ன?

வாழ்தலைப் புறக்கணிக்கும், அதில் மேற்கொள்ளும் விசயங்களை துச்சமாகக் கருதி செயற்பட வேண்டும் என போதனை செய்யும் கவிதையை, ஏன் ஜிஃப்ரி முக்கிய வழிகாட்டிக் கவிதையாக தெரிவு செய்திருப்பார்? இத்தகைய மத போதனை மீது ஜிஃப்ரிக்கு ஏன் இத்தனை ஆர்வம்? அவருக்குத் தனிப்பட்டரீதியில் அக்கருத்தில் ஆர்வமிருப்பது வேறுவிசயம். ஆனால், அந்த பிரதியை எடுத்துவந்து, இதனைப் பார்த்து உங்கள் பிரதிகளை செய்யுங்கள் என ஈழத்தில் இயங்கும் இளம் இலக்கிய செயற்பாட்டாளர்களை நோக்கி மீட்பராக அவதாரம் எடுப்பதில் தான் உள்ளது சிக்கல்.

இந்தப் பிரதியில் உள்ள அடுத்த சிக்கல்: காகத்திற்கான மரணம் என்பது மின்கம்பத்தில் நிகழ்கிறது என ஒரு பொதுமைப்படுத்தலை இப்பிரதி முன்வைக்கிறது. இக்கவிதைசொல்லி பார்த்த காகங்கள் எல்லாம் மின்கம்பத்தில் அடிபட்டு இறந்திருக்கலாம். தனக்கு கிடைத்த அனுபவத்தை அனைத்துக்குமான உண்மையாகப் பொதுமைப்படுத்துவது, நவீனத்துவத்தின் மற்றொரு கோர முகம். சாரம்சப்படுத்தி வித்தியாசங்களையும் பன்மைத்தன்மையையும் காயடிப்புச் செய்யும் செயல்.

ஆனால் நமக்குத் தெரியும், காகம் மின்கம்பத்தில் மாத்திரம் இறப்பதில்லை என்று. நமக்குத் தெரியும், மின்கம்பங்களில் குந்தியிருக்கும் காகங்களை. இரு மின்கம்பங்களுக்கு இடையில் லாவகமாகப் பறந்து செல்லும் காகங்களைக் கூட பார்க்கவும் செய்திருக்கிறோம்.

இந்தக் கருத்தியல் சிக்கல்களை எல்லாம் தவிர்க்க வேண்டும் என்றால், பிரதியிலுள்ள வசனத்தை "மின் கம்பங்களுக்கு இடையிலும் ஒரு காகத்தின் ஆயுள் முடிவு பறந்து கொண்டிருக்கலாம்" என மாற்றியமைக்கலாம். இப்படி மாற்றும் பொழுதுதான், ஒற்றை முடிவுகளின் அடியாக எழும் தீர்மானகரமான பொதுமைப்படுத்தலில் இருந்து விலகி நிகழ்தகவு சாத்தியத்தை நோக்கி கருத்தமைவை நகர்த்தலாம்.

❖

ஜிஃப்ரி ஈழத்து கவிஞர்கள் பற்றியும் அவர்களின் கவிதைப் பிரதிகள் பற்றியும் வெறுமனே பிதற்றவும் தன்னை மூத்த பண்டித இலக்கியப் பெருந்தகையாக வரித்துக் கொள்ள வேண்டும் என்பதற்காகவே ஈழத்து இளம் கவிஞர்களைக் கண்டு பரிதாபப்பட்டு பம்மாத்தாய்ப்

புலம்புகிறார் என தொடர்ந்தும் கூறிவருகிறேன். ஏன் அப்படிச் சொல்கிறேன் என்றால், அவரின் எந்த ஒரு பதிவும் இங்கிருப்பவர்கள் எழுதும் கவிதைப் பிரதிகளை விமர்சனபூர்வமாக அணுகி, அவைகள் கொண்டிருக்கும் சிக்கல்களை விபரித்து வாசிப்பை முன்வைப்பவை அல்ல. மாறாக அவரின் அப்பதிவுகளில், அவர் போதகராக அவதரிக்கும் விசயத்திலேயே அக்கறைகொண்டிருப்பார். அவரின் அபிப்பிராயத்தை எப்படிக் கண்டுபிடித்தார் என ஒரேயொரு கவிதைப் பிரதியைக் கொண்டாவது விபரித்துக் காட்டக் கோரினாலும் நேரமில்லை என பதுங்கிக் கொள்வார். அப்படிப் பல மாதங்களாகப் பதுங்கித் திரிகிறார்.

ஆனால், ஈழத்து இளம் கவிஞர்களுக்கு வழிகாட்டி நல்வழிப்படுத்த அவர் பகிரும் கவிதைகளைப் பார்த்தால், ஜிஃப்ரிக்கு கவிதைப் பிரதிகள் சார்ந்த வடிவமைப்பு பற்றியோ, பிரதியில் வைக்கப்படும் கருத்தியல் அபத்தம் பற்றியோ, மாற்று வழிமுறை பற்றியோ எந்த வாசிப்பும் இல்லாத உரிமட்டை என்பதைத்தான் அவர் பகிர்ந்திருக்கும் இப்பிரதியிலிருந்து புரிந்து கொள்ள முடிகிறது. இப்படி நான் சொல்வது தவறு, அதற்காக மன்னிப்பு கேட்க அவர் கோரினாலும் கேட்கலாம். அப்படிக் கேட்பதற்கான தயார்நிலையிலேயே உள்ளேன். அதற்கு மேலுள்ள குறித்த கவிதைப் பிரதி மீதான அவரின் மாற்று வாசிப்பையும் அதனூடாக அது எப்படி பின்பற்ற முடியுமான முக்கிய பிரதியாகக் கொள்ள வேண்டியது எனவும் விபரித்துக் காட்ட வேண்டும். காட்டுவாரா?

அப்படி விபரிப்பதற்கு அவர் விமர்சன முறைமைகள் குறித்த புரிதலை உள்வாங்க வேண்டும். கவிதையியல் குறித்து ஓரளவுக்கேனும் கருத்தியல் நிலைப்பாடுகளும் அவைகளை விபரித்து விளக்கும் தரக்கபூர்வ அணுகலும் இருக்க வேண்டும். இவைகள் குறித்த எந்த அக்கறையுமற்ற ஜிஃப்ரி, ஈழத்துக் கவிதைகளை தமிழ்நாட்டுக் கவிதைகளுடன் ஒப்பிட்டு பரிதாபப்பட்டு புலம்புவது ஒரு நகைச்சுவை.